JN441170

# 스와힐리어 표준 교재 A2

# 스와힐리어 표준 교재 A2

**초판 인쇄** 2020년 11월 20일
**초판 발행** 2020년 11월 27일

**지은이** 박정경
**발행인** 김인철
**총괄·기획** 윤성우 Director, University Knowledge Press
**편집장** 신선호 Executive Knowledge Contents Creator
**도서편집** 이근영 Contents Creator
**디자인** 우승민 Designer
고승현 Designer
**재무관리** 조아라 Managing Creator
**전자책·사전** 장혜린 Contents Creator
**발행처** 한국외국어대학교 지식출판콘텐츠원
02450 서울특별시 동대문구 이문로 107
전화 02)2173-2493~7
FAX 02)2173-3363
홈페이지 http://press.hufs.ac.kr
전자우편 press@hufs.ac.kr
출판등록 제6-6호(1969. 4. 30)
**인쇄·제본** (주)케이프린텍 053)313-3673

ISBN 979-11-5901-824-4 [14790] 정가: 20,000원
979-11-5901-647-9 (세트)

* 잘못된 책은 교환하여 드립니다.

**불법복사는 지적재산을 훔치는 범죄행위입니다.**
저작권법 제136조(권리의 침해죄)에 따라 위반자는 5년 이하의 징역 또는 5천만 원 이하의 벌금에 처하거나 이를 병과할 수 있습니다.

HU:iNE 은 한국외국어대학교출판부의 어학도서, 사회과학도서, 지역학 도서 Sub Brand이다. 한국외대의 영문명인 HUFS, 현명한 국제전문가 양성(International+Intelligent)의 의미를 담고 있으며, 휴인(携引)의 뜻인 '이끌다, 끌고 나가다'라는 의미처럼 출판계를 이끄는 리더로서, 혁신의 이미지를 담고 있다.

본 교재는 2019년 정부(교육부 국립국제교육원) '특수외국어교육 진흥 사업'의 지원을 받아 수행된 결과입니다. (CFL-한국외-2019-스와힐-C-1)

본 연구는 한국외국어대학교 교내학술연구비의 지원에 의하여 이루어진 것입니다.

이 책의 음원(mp3)은 한국외국어대학교 지식출판콘텐츠원 홈페이지(press.hufs.ac.kr) 게시판-자료실에서 다운받아 사용하시기 바랍니다.

Jambo?

Kitabu cha Kiada cha

# Kiswahili Sanifu

# 스와힐리어 표준 교재

박정경

## A2

Kwa heri!

Salama!

# 머리말

지난 2020년 6월부터 스와힐리어가 남아프리카공화국의 초등학교에서 교육되기 시작했다. 스와힐리어가 교통어로 쓰이는 동부 아프리카가 아닌, 남부 아프리카의 주요국에서 프랑스어, 중국어, 독일어와 더불어 공식 외국어 교과과정에 포함된 것이다. 이는 남아공 정부가 아프리카를 대표하는 토착어로서 스와힐리어의 위상을 인정하고 이를 교육 정책에 반영한 결과다. 앞으로도 아프리카 대륙 전역에서 스와힐리어의 지위는 더욱 상승할 것으로 기대된다. 스와힐리어가 식민통치의 잔재라고 볼 수 있는, 영어나 프랑스어 등 식민종주국 언어 사용의 폐해를 극복하고 아프리카의 정체성을 지키면서 아프리카 사람들 간 통합을 이끌 언어로 각광받고 있기 때문이다.

『스와힐리어 표준 교재 A2』는 A2 단계의 스와힐리어 표준교육과정을 준용하여 개발된 학습서다. "언어에 관한 유럽공통참조기준"(Common European Framework of Reference for Languages, CEFR)을 모델로 설정한 A1부터 C2까지의 여섯 단계 중 두 번째 수준인 A2는 어느 정도 스와힐리어를 학습한 경험이 있는 초급자에게 적합한 등급이다. 일반적으로 이 등급은 "제 스와힐리어 실력은 기본적인 정도입니다"라고 했을 때의 이 "기본"에 해당하는 수준을 의미한다. 이 등급의 학습자는 스와힐리어의 기초 문법과 어휘를 숙지했고, 인사, 구매, 업무, 주거 등등 일상적인 사항들에 관해 스와힐리어로 대화할 수 있다.

이 책의 학습목표는 학습자가 일상과 관련된, 자주 사용되는 스와힐리어 구문을 이해하고, 평이한 문장으로 자신의 신상, 주변 상황, 직접적인 욕구 등을 스와힐리어로 표현할 수 있는 능력을 갖추도록 하는 것이다.

이 책이 출판되기까지 많은 분들의 도움이 있었다. 먼저 케냐 나이로비대학교(University of Nairobi) 언어학과의 키타카 와 음베리아(Kitaka wa Mberia) 교수님과 스와힐리어과의 제임스 냐차에 미치라(James Nyachae Michira) 교수님, 한국외국어대학교 아프리카학부의 김학수 교수님께서 이 책의 초안을 감수해 주셨다. 세 분 교수님의 논평과 제안은 본 학습서의 완성도를 높이는 데 크게 기여했다. 이 책은 필자가 연구년으로 미국에 체류하는 기간 동안 집필되었는데, 플로리다대학교(University of Florida) 언어·문학·문화학과(Department of Languages, Literatures and Cultures) 학과장 아킨툰데 아킨녜미(Akintunde Akinyemi) 교수님께서 필자가 교재 집필에 집중할 수 있도록 편의를 제공해 주셨다. 또한 플로리다대학교에서 스와힐리어를 가르치는 찰스 브웽게(Charles Bwenge) 박사님과 로즈 루가노(Rose Lugano) 박사님께서도 본 교재 집필에 유익한 조언을 아끼지 않으셨다. 마지막으로 이 책의 출판을 위해 수고해 주신 한국외국어대학교 특수외국어교육진흥원과 지식출판콘텐츠원 관계자분들께도 감사의 말씀을 전하고 싶다.

2020년 10월 31일
용인에서 박정경

# 일러두기

『스와힐리어 표준 교재 A2』는 대학 교육과정에서 한 학기 동안 스와힐리어를 학습한 학생을 대상으로 두 번째 학기 수업에 사용될 교재로 개발되었다. 한 학기간 평균 100~120시간 내외의 스와힐리어 강의 수강을 통해 A1 수준의 실력을 갖춘 학생들은 본 교재를 일정 기간 학습함으로써 한 단계 상승된 A2 수준을 성취할 수 있을 것이다.

### 집필 방향

- 이 책은 대학 교육과정의 스와힐리어 강의에 활용될 수 있는, 성인 대상의 교재로 집필되었다. 그러나 교수자 없이 자습이 가능하도록 각 과의 대화 및 강독지문에 어휘나 문법 관련 사항에 대한 자세한 설명이 추가되어 있다.
- 이 책은 통합형 교재로서 문법, 어휘, 강독, 회화 등 언어 습득 및 구사의 다양한 영역을 전반적으로 다루고 있다. 학습자는 동아프리카 사회의 일상에서 흔히 접할 수 있는 주요 표현을 이해하고, 말하고, 읽고, 글로 쓸 수 있는 능력을 본 교재를 통해 배양할 것이다.
- 이 책은 "스와힐리어 표준교육과정(A2)"을 준용하여 개발되었으므로, 이 책에 나타난 문법 사항, 어휘 및 주요 표현은 학습자가 A2 단계의 성취 수준을 달성할 수 있도록 구성되었다. 이 책을 통해 "스와힐리어 표준교육과정(A2)"을 이수한 학생은 일상과 관련된, 자주 사용되는 스와힐리어 구문을 어려움 없이 이해하고, 평이한 문장으로 자신의 신상, 주변 상황, 직접적인 욕구 등을 스와힐리어로 표현할 수 있는 능력을 갖출 것이다.

## 교재 구성

- 이 책은 전체 12과로 구성되어 있으며, 각 과는 대화문 두 세트, 강독 지문, 어휘 및 문법 설명, 연습문제 등으로 이루어져 있다.
- 대화문은 일상에서 흔히 경험할 수 있는 내용으로, 가정, 학교, 병원, 상점, 식당, 호텔, 공항 등등 다양한 장소에서 사용될 수 있는 주요 표현을 담고 있다.
- 강독 지문은 어느 정도 스와힐리어 독해력을 갖춘 학습자가 스와힐리어 읽기 능력을 향상시킬 수 있도록 집필되었으며, 주로 동아프리카 사회·문화의 다양한 면모를 소개하는 내용이다.
- 각 과의 연습문제는 해당 단원에서 학습한 문법, 어휘, 주요 표현 등을 묻는 객관식 문제로 이루어져 있다. 본 교재의 연습문제에 나타난 문제 유형은 "스와힐리어 평가인증(A2)" 시험을 대비하는 데 유용할 것이다.

# 차례

부록

# 교재구성표

| 단원 | 제목 | 주요 학습목표 |
|---|---|---|
| 1 | Habari za siku nyingi? | 오랜만에 만난 상대방과 인사를 주고받으며 서로의 안부를 물을 수 있다. |
| 2 | Utaondoka tarehe gani? | 상대방과 일정을 조율하고 약속을 잡을 수 있다. |
| 3 | Naomba kununua simkadi. | 상대방의 전화 및 메일 연락처를 묻고, 자신의 연락처를 가르쳐줄 수 있다. |
| 4 | Tusherehekee siku hiyo! | 상대방과 함께 친구 초대, 저녁 모임 등의 행사를 계획할 수 있다. |
| 5 | Nina homa na koo linauma. | 병원이나 약국에서 쓰이는 간단한 표현을 익힌다. |
| 6 | Una mpango gani? | 영화 관람, 박물관 방문 등 여가 활동에 관한 표현을 익힌다. |
| 7 | Kuhama ni kazi nyingi. | 이사, 입주, 생필품 구입 등에 관련된 표현을 익힌다. |
| 8 | Tunapenda treni mpya. | 교통편 및 숙소 예약에 필요한 표현을 익힌다. |
| 9 | Stesheni iko wapi? | 여행지에서 식당 및 쇼핑 관련 정보를 얻는 데 필요한 표현을 익힌다. |
| 10 | Viza inapatikana kwenye tovuti. | 입국 심사에 필요한 단어와 표현을 익힌다. |
| 11 | Ulijiandikisha katika kozi gani? | 입학 수속, 수강 신청 등에 필요한 단어와 표현을 익힌다. |
| 12 | Najua yule mwandishi. | 상대방과 책 제목, 작가 등 독서에 관한 내용을 이야기할 수 있다. |

| 문법1 | 문법2 |
|---|---|
| 소유사의 호응 | {-nge-} 현재가정법 |
| 재귀형 파생동사 | 확인형 지시사 |
| {-ki-} 미완료상 | 지향형 파생동사 |
| {je} 의문 부가어 | 시제가 표시되지 않는 일반 관계구문 |
| 빈대형 파생동사 | {amba-} 관계구분 |
| 일반 관계구문의 {-li-} | 시간의 관계구문 {-po-} |
| 선행사가 목적어인 관계구문 | {ndi-} 강조계사 |
| 비인칭 주어 {i-} | 방법•양상의 관계구문 |
| {-ka-} 계속상 | 전치사 |
| 부사 | 조건, 목적, 양보의 접속사 |
| 합성어 전치사 | 감탄사 |
| 등위접속사 | 조동사 |

Somo la Kwanza

# 01 Habari za siku nyingi?

그동안 어떻게 지냈니?

학습목표

1. 오랜만에 만난 상대방과 인사를 주고받으며 서로의 안부를 물을 수 있다.
2. 소유사가 다양한 부류의 명사와 호응한 형태를 이해할 수 있다.
3. 'nge'를 이용하여 현재가정의 의미를 표현할 수 있다.

핵심표현

1. **Habari za siku nyingi?**
   그동안 어떻게 지냈니?
2. **Nilisafiri Afrika Mashariki pamoja na rafiki zangu.**
   나는 내 친구들과 함께 동아프리카를 여행했어.
3. **Ningependa kusikia habari za likizo yako.**
   나는 네 방학에 관한 소식을 듣고 싶어.

## Mazungumzo 1

**> 대화문 설명: 새학기가 시작된 강의실에서 오랜만에 만난 Juma와 Asha가 인사를 나눈다.**

| | |
|---|---|
| Juma | Umepotelea wapi, Asha? Habari za siku nyingi? |
| Asha | Salama tu! Asante! Habari za likizo yako? |
| Juma | Ilikuwa nzuri. Wewe ulifanya nini wakati wa likizo? |
| Asha | Nilisafiri Afrika Mashariki pamoja na rafiki zangu. |
| Juma | Kweli? Ulitembelea nchi gani? |
| Asha | Nilitembelea nchi za Uganda na Tanzania. Na wewe je? Ulisafiri wapi wakati wa likizo? |
| Juma | Nilikuwa hapa tu. Nilimsaidia baba yangu kufanya kazi dukani mwake. |
| Asha | Sawa. Tutaongea zaidi baada ya darasa hili. |
| Juma | Haya. |

## Msamiati

| | |
|---|---|
| -potelea | '-potea'(사라지다, (길을) 잃다)의 지향형 |
| likizo | 휴가, 방학 |
| -safiri | 여행하다 |
| -tembelea | 방문하다 |
| -saidia | 도와주다 |
| -ongea | 말하다, 대화하다 |
| zaidi | 더 많이, ~보다 더 |

## Sarufi

### ✓ 소유사의 호응

**1. 소유사는 수식 관계에 있는 명사의 부류와 호응한 형태로 실현된다.**

소유사

| | 단수 | 복수 |
|---|---|---|
| 1인칭 | -angu | -etu |
| 2인칭 | -ako | -enu |
| 3인칭 | -ake | -ao |

Mtoto **wangu** amefika. 나의 아이가 도착했다.
Watoto **wangu** wamefika. 나의 아이들이 도착했다.

Mti **wako** umeanguka. 너의 나무가 쓰러졌다.
Miti **yako** imeanguka. 너의 나무들이 쓰러졌다.

Gari **lake** limeuzwa. 그의 차가 팔렸다.
Magari **yake** yameuzwa. 그의 차들이 팔렸다.

Kiti **chetu** kimevunjika. 우리의 의자가 부서졌다.
Viti **vyetu** vimevunjika. 우리의 의자들이 부서졌다.

Nyumba **yenu** inaonekana hapa. 너희 집이 여기서 보인다.
Nyumba **zenu** zinaonekana hapa. 너희 집들이 여기서 보인다.

Ufunguo **wao** umepotea. 그들의 열쇠가 사라졌다.
Funguo **zao** zimepotea. 그들의 열쇠들이 사라졌다.

## 2. 친족을 나타내는 n부류 명사는 의미상 사람을 뜻하더라도 m-wa부류가 아닌 n부류의 호응을 그대로 따른다.

| | |
|---|---|
| Mama yangu anafanya kazi. | 나의 어머니는 일을 하고 있다. |
| Baba zetu wanataka kunywa kahawa. | 우리 아버지들은 커피를 마시고 싶어 한다. |
| Habari za dada yako? | 너의 누이/자매는 어떻게 지내니? |
| Kaka zake wamemaliza masomo? | 그의 오빠/형들은 공부를 마쳤니? |
| Napenda binti yangu sana. | 나는 내 딸을 매우 사랑한다. |
| Ndugu zenu wanapigana. | 너희 형제들이 서로 싸우고 있다. |

## Mazungumzo 2

**대화문 설명: 캠퍼스 내 거리를 걷고 있는 Asha를 보고 Mwangi가 다가가서 인사를 건넨다.**

| | |
|---|---|
| Mwangi | Hujambo, Asha? Habari gani? |
| Asha | Nzuri sana. Asante! Habari yako? |
| Mwangi | Salama tu. Sijakuona siku nyingi. Labda tunaweza kwenda mkahawani tunywe kahawa. |
| Asha | Asante. Ningependa kusikia habari za likizo yako, lakini nina haraka kidogo. |
| Mwangi | Una haraka ya nini? |
| Asha | Darasa langu linaanza hivi punde. Sitaki kuchelewa mwanzoni, maana hili ni darasa la kwanza. |
| Mwangi | Sawa tu. Darasa lako litakwisha saa ngapi? Labda tunaweza kukutana baada ya darasa. |
| Asha | Litakwisha saa tisa alasiri. Basi tukutane mkahawani pale saa tisa na robo. |
| Mwangi | Haya, nitakungojea. Kwa heri! |
| Asha | Kwa heri! Tuonane baadaye. |

## Msamiati

| | |
|---|---|
| mkahawa | 카페, 커피숍 (복수 mikahawa) |
| haraka | 서두름, 급함 |
| kidogo | 조금, 약간 |
| hivi punde | 잠시, 곧 |
| -chelewa | 지각하다, 늦다 |
| mwanzo | 시작, 처음 |
| maana | 의미, 중요함, 이유; ~때문에, 왜냐하면 |
| -isha | 끝나다, 마치다 |
| -kutana | 만나다 |
| robo | 1/4, 15분 |
| -ngojea | '-ngoja'(기다리다)의 지향형 |
| alasiri | 늦은 오후 |

## Sarufi

### ✓ {-nge-} 현재가정법

**1. {-nge-}는 앞에 오는 종속절과 뒤따르는 주절의 동사부에 모두 나타나며, 현재 실현되지 않은 사건에 대한 조건이나 가정, 그리고 그에 따른 결과를 표현한다. 이때 접속사 {kama}가 종속절의 뜻을 강화할 수 있다.**

Angeondoka mapema, angeweza kumwona rafiki yake.
그가 일찍 출발한다면, 자기 친구를 볼 수 있을 것이다.

Ungekuwa tajiri, ungenisaidia.
네가 부자라면, 너는 나를 도와줄 것이다.

Kama ningekuwa mwalimu, ningekufundisha.
만약 내가 선생님이라면, 나는 너를 가르칠 것이다.

**2. {-nge-}의 부정은 {-nge-} 앞에 {-si-}를 첨가한다.**

Tusingekaa Florida, tusingeweza kula machungwa mengi.
우리가 플로리다에 살고 있지 않으면, 많은 오렌지를 먹지 못할 것이다.

Usingesoma Kiswahili, usingeweza kuzungumza na babu yangu.
네가 스와힐리어를 공부하지 않으면, 나의 할아버지와 대화하지 못할 것이다.

**3. {-nge-}는 공손함을 표현할 때도 사용된다.**

Ningependa kuomba msaada wako.
저는 당신의 도움을 요청하고 싶습니다.

Ningetaka kukutembelea kwako kesho.
저는 당신의 집을 내일 방문하고 싶습니다.

## Zoezi la kusoma

### Familia yangu

Jina langu ni Peter Wasamba. Nina familia ya watu watano, yaani baba, mama, kaka, dada na mimi. Baba yangu ni profesa wa Kiswahili katika Chuo Kikuu cha Nairobi. Mama yangu anafanya kazi katika benki. Kaka yangu mkubwa anaitwa John Wasamba, na jina la dada yangu mdogo ni Jane Wasamba. Sisi sote tunaishi katika mji wa Nairobi pamoja na wazazi wetu. Kaka yangu anasoma katika Chuo Kikuu cha Kenyatta pamoja na mimi, huku dada yangu anasoma katika shule ya upili. Wakati wa likizo familia yangu hutembelea bibi na babu zetu. Bibi na babu wanaishi kijijini katika Rarieda. Wao ni wakulima, na wanapanda mimea ya aina mbalimbali kama mahindi, maharagwe, viazi na kadhalika. Mara kwa mara wanatutembelea hapa mjini na kutuletea mazao kutoka shambani mwao. Hii ni kwa sababu bibi na babu wanatupenda sana.

## Msamiati

| | |
|---|---|
| chuo kikuu | 대학교 |
| wazazi | 부모 (단수 mzazi) |
| shule ya upili | 중등학교 |
| bibi | 할머니, 숙녀 |
| babu | 할아버지 |
| wakulima | 농부들 (단수 mkulima) |
| -panda | 경작하다, 재배하다 |
| mimea | 식물, 작물 (단수 mmea) |
| aina | 종류 |
| mahindi | 옥수수 |
| maharagwe | 콩 |
| viazi | 감자 (단수 kiazi) |
| kadhalika | 마찬가지로, 유사하게 |
| mazao | 농산물(단수 zao) |
| shamba | 농장, 경작지 (복수 mashamba) |

## Maswali

### 1-3. Chagua jibu lifaalo.

**1.**

A: Amekwenda sokoni pamoja na nani?
B: Ameondoka pamoja na baba ______.

① wake
② yake
③ chake
④ lake

**2.**

A: Naomba kununua vitabu vitumikavyo darasani.
B: Profesa ______ alikujulisha vitabu vinavyohitajika.

① chako
② lako
③ wako
④ yako

**3.**

A: Amepoteza pesa zote na kufukuzwa kazini.
B: ______ tajiri, ningemsaidia.

① Nikakuwa
② Ninakuwa
③ Ningekuwa
④ Nilikuwa

## 4. Soma tangazo na uchague ufafanuzi usio sahihi.

**Tangazo la Ajira**

Tunakaribisha maombi ya wapishi wenye sifa na uwezo.

**Sifa za mwombaji:** awe na elimu ya shule ya upili
awe na uzoefu wa kupika vyakula vya Kichina

**Kazi za kufanya:** kupika vyakula vya Kichina katika mgahawa wetu
kuzingatia viwango vya juu ya usafi katika jiko

Mgahawa wa Lulu

① Mwombaji anahitaji elimu ya shule ya upili.
② Uzoefu wa kazi ya mpishi hauhitajiki kwa mwombaji.
③ Mwajiriwa atafanya kazi katika jiko la Mgahawa wa Lulu.
④ Mwajiri anatafuta mpishi awezaye kupika vyakula vya Kichina.

## 5-6. Soma kifungu na uchague ufafanuzi sahihi.

### 5.

Nina kaka wawili na dada mmoja. Kaka yangu mkubwa anafanya kazi katika benki. Mwingine mdogo anasoma katika shule ya upili, na anajifunza masomo mbalimbali. Dada yangu ni mwanafunzi wa chuo kikuu.

① Kaka mkubwa wa mwandishi hajamaliza masomo yake.
② Mwandishi ana dada wawili, mmoja mkubwa na mwingine mdogo.
③ Dada ya mwandishi anafanya kazi katika chuo kikuu.
④ Kaka mdogo wa mwandishi ni mwanafunzi wa shule ya upili.

**6.**

Wazazi wangu hawaishi pamoja kwa sababu ya kazi zao. Baba yangu ni profesa wa Kiswahili, na chuo kikuu chake kiko mjini Yongin. Mama yangu ni daktari, na hospitali yake iko mjini Daegu. Mimi ninaishi pamoja na mama yangu mjini Daegu.

① Wazazi wangu hawaishi pamoja, kwa sababu wameachana.
② Mama yangu anaendesha duka la dawa.
③ Ninafikiri kwamba ingekuwa bora, ningeishi pamoja na baba yangu.
④ Baba yangu anafundisha Kiswahili katika chuo kikuu mjini Yongin.

**7-8. Soma kifungu na ufuate maagizo.**

Kwa kawaida watu wanapanga mipango mbalimbali mwaka mpya unapoanza. Mwanzoni wanafikiri kwamba mambo yataendelea vizuri, na wataweza kutimiza malengo yao yote. ________ kadiri wakati unavyopita, mambo hayaendelei vizuri kama yalivyopangwa. Ni muhimu kupanga mwanzoni malengo yanayoweza kutimizika. Kupanga mipango mingi ambayo haiwezi kukamilika ni kazi bure tu.

**7.** Jaza nafasi iliyoachwa wazi ili kukamilisha sentensi.

① Lazima
② Lakini
③ Kwamba
④ Ambacho

**8.** Chagua ufafanuzi sahihi.

① Lazima watu wawe na mipango mingi kabla ya mwaka mpya kuanza.
② Watu wanaweza kuchunguza kwamba mipango ya mwaka uliopita imetimizwa.
③ Watu wengi wanaweza kukamilisha mipango waliyoipanga mwanzoni mwa mwaka mpya.
④ Ni bora kupanga malengo ambayo yaweza kutimizika.

Somo la Pili

# 02 Utaondoka tarehe gani?

## 며칠에 출발할 거니?

 학습목표

1. 상대방과 일정을 조율하고 약속을 잡을 수 있다.
2. 재귀형 파생동사 구문을 활용할 수 있다.
3. 확인형 지시사의 형태와 쓰임을 이해할 수 있다.

 핵심표현

1. **Tunajitayarisha kwa safari ya kwenda Nairobi.**
   우리는 나이로비로 가는 여행을 준비하고 있어.
2. **Usiwe na wasiwasi.**
   걱정하지 마.
3. **Yeye pia atasafiri wakati huo huo.**
   그 역시 바로 그때 여행할 거야.

## Mazungumzo 1

**> 대화문 설명: 민수는 수지가 케냐 나이로비대 교환학생 프로그램을 마치고 귀국했다는 소식을 듣고, 수지에게 전화를 걸었다.**

| | |
|---|---|
| Minsu | Hujambo, Suji? Ulirudi lini? |
| Suji | Sijambo, Minsu! Nilirudi wiki mbili zilizopita. |
| Minsu | Habari za masomo yako katika Chuo Kikuu cha Nairobi? |
| Suji | Masomo yangu yaliendelea vizuri. Nilijifunza mengi kuhusu lugha ya Kiswahili. |
| Minsu | Sawa. Unajua mimi na wenzangu wawili tutakwenda Kenya mwezi wa saba mwaka huu? |
| Suji | Kweli? Nyinyi pia mtasoma katika Chuo Kikuu cha Nairobi? |
| Minsu | Ndiyo. Tunajitayarisha kwa safari ya kwenda Nairobi. Tunatumaini utatusaidia. |
| Suji | Bila shaka. Usiwe na wasiwasi, nitawasaidia kila kitu. |
| Minsu | Nashukuru sana. Labda tunaweza kupanga miadi ili sisi sote tukutane na wewe. Nitakupigia simu tena baadaye. |
| Suji | Sawa tu. |

## Msamiati

| | |
|---|---|
| -pita | 지나가다, 통과하다 |
| -endelea | 진행되다, 계속되다 |
| kuhusu | ~에 관해서 |
| wenzangu | 나의 동료, 친구 (단수 mwenzangu) |
| -jitayarisha | (스스로) 준비하다 ('준비시키다' 뜻인 '-tayarisha'의 재귀형 동사) |
| -tumaini | 희망하다, 바라다 |
| bila | ~없이 |
| shaka | 의심, 어려움 (복수 mashaka) |
| wasiwasi | 불안, 걱정 |
| -shukuru | 감사하다 |
| -panga | 계획하다, 정리하다 |
| miadi | 약속 |

## Sarufi

### ✓ 재귀형 파생동사

**1. 재귀형 파생동사는 동사 어간 앞에 재귀형 접두사 {ji-}가 붙어 형성되며, 일반적으로 '스스로~하다'의 의미를 전달한다.**

Kijana huyu alimtegemea baba yake kiuchumi.

이 청년은 경제적으로 아버지에게 의지했다.

Kijana huyu alijitegemea kiuchumi.

이 청년은 경제적으로 자립했다.

Mama alimfunza mwanawe maneno mapya.

어머니는 아이에게 새로운 단어들을 가르쳤다.

Mwana wake alijifunza maneno mapya.

그의 아이는 새로운 단어들을 스스로 익혔다.

**2. 재귀형 파생동사는 경우에 따라서 완전히 다른 의미로도 사용될 수 있다.**

Baba alifanya kazi ofisini jana.

아버지는 어제 사무실에서 일했다.

Alijifanya kuwa amelala usingizi.

그는 잠든 척했다.

Nitakusaidia ili uweze kupita mtihani.

네가 시험에 통과할 수 있도록 내가 도와줄 것이다.

Ninaweza kujisaidia haja ndogo wapi?

제가 어디서 작은 볼일을 볼 수 있습니까?

## Mazungumzo 2

**> 대화문 설명: 아진과 지호는 교환학생으로 케냐 나이로비대에 갈 예정이다. 이들은 카페에서 만나 서로의 여행 일정을 상의하고 있다.**

Ajin Umenunua tikiti ya ndege ya kwenda Nairobi?

Jiho Bado sijanunua. Kama itawezekana, ningependa tusafiri pamoja. Utaondoka tarehe gani?

Ajin Sawa tu. Ndege yangu itaondoka tarehe kumi na moja mwezi wa saba. Kampuni ya ndege ni Kenya Airways.

Jiho Nashukuru. Nitanunua tikiti ya tarehe hiyo. Je, Minsu pia atasafiri pamoja na sisi, ama ana mpango mwingine?

Ajin Yeye pia atasafiri wakati huo huo. Aliniambia hivyo juzi. Na sisi watatu tuna miadi na Suji kesho mchana. Unajua Suji alisoma katika Chuo Kikuu cha Nairobi mwaka uliopita?

Jiho Ndiyo. Nina maswali mengi kuhusu maisha katika jiji la Nairobi.

Ajin Mimi pia. Atatusaidia sana katika maandalizi yetu ya kusoma katika Chuo Kikuu cha Nairobi.

Jiho Unajua aliishi wapi kule Nairobi? Aliishi bwenini?

Ajin Hapana, hakuweza kupata chumba katika bweni. Kwa hivyo alikaa katika hosteli ya vijana.

Jiho Labda ni vigumu kupata chumba katika bweni ndani ya chuo kikuu. Tutafanya nini?

Ajin Nafikiri tutaweza kukodisha nyumba yenye vyumba vitatu.

Jiho Hilo ni wazo zuri.

## Msamiati

| | |
|---|---|
| -wezekana | 가능하다 ('-weza'의 상태형 파생동사) |
| -safiri | 여행하다 |
| kampuni | 회사, 기업 |
| ama | 혹은, 아니면 |
| mpango | 계획 (복수 mipango) |
| juzi | 그저께, 며칠 전 |
| maandalizi | 준비 |
| bweni | 기숙사 |
| hosteli ya vijana | 유스호스텔 |
| -kodisha | 빌리다, 임대하다 |
| wazo | 생각, 아이디어 (복수 mawazo) |

## Sarufi

### ✓ 확인형 지시사

**1. 확인형 지시사는 지시사를 반복함으로써 형성되며, 지시사가 가리키는 대상을 강조한다.**

Mtu **yule yule** amerudi tena.
바로 그 사람이 다시 돌아왔다.

Ameuza jumba **hili hili**.
그는 바로 이 빌딩을 팔았다.

Walipelekwa kutangaza habari ya ajali **hiyo hiyo**.
바로 그 사고 소식을 알리기 위해 사람들이 보내졌다.

**2. 시간, 장소, 방법·양상 등을 나타내는 지시사도 이와 같이 반복적으로 사용해서 뜻을 강화할 수 있다.**

Usiku **ule ule** mkewe alimaliza kazi yake.
바로 그날 밤 그의 아내는 일을 마쳤다.

Walikutana nasi **papo hapo**.
그들은 바로 그곳에서 우리를 만났다.

Ikiwa hali itabaki **vivyo hivyo**, hawatafanya kazi.
상황이 계속 이런 식이라면, 그들은 일하지 않을 것이다.

## Zoezi la kusoma

나이로비 Buruburu 구역의 타운하우스

### Nyumba yetu

Nyumba yetu iko katika mtaa wa Buruburu. Wazazi wangu wameishi hapa kwa miaka kumi na tisa. Walinunua nyumba hii mwaka elfu mbili na moja. Mimi na kaka yangu tulizaliwa hapa. Nyumba yetu si kubwa sana. Ina sebule, jiko na vyumba vinne vya kulala. Wakati wa jioni, familia yetu inapenda kukaa pamoja sebuleni. Tunapopumzika, sisi huzungumza mambo mengi juu ya maisha ya kila siku, na wakati mwingine tunatazama runinga sebuleni. Tuna bustani ndogo nje ya nyumba ambapo mama yangu anapenda kupanda mimea. Nje pia kuna mahali pa kuegeshea magari mawili. Jikoni kuna friji, jiko, sinki na kabati. Kwa kawaida mama anapika vyakula mbalimbali. Mara kwa mara baba yangu anamsaidia mama kuosha vyombo. Wazazi wangu wanatumia chumba kikubwa chenye bafu na msala. Mimi na kaka yangu tunatumia vyumba vidogo viwili. Chumba kidogo kingine ni cha kusomea. Baba aliweka meza kubwa, kiti, kompyuta na vitabu vyake vingi ndani ya chumba hiki. Mara nyingi anasoma au kuandika mpaka usiku wa manane.

## Msamiati

| | |
|---|---|
| mtaa | 구역, 구획 (복수 mitaa) |
| -zaliwa | 태어나다 ('-zaa'의 수동형) |
| sebule | 거실, 응접실 |
| jiko | (요리용 가스, 전기)오븐, 레인지; 부엌 |
| mapumziko | 휴식, 휴지 (단수 pumziko) |
| runinga | 텔레비전 |
| bustani | 정원, 공원 |
| -egesha | 주차하다 |
| friji | 냉장고 |
| sinki | 싱크대 |
| kabati | 찬장, 선반 |
| -osha | 씻다 |
| vyombo | 식기, 기계 (단수 chombo) |

## Maswali

### 1-3. Chagua jibu lifaalo.

**1.**

A: Ataingia chuo kikuu mwaka gani?
B: Anataka ______ na chuo kikuu baada ya miaka miwili.

① kuunga
② kujiunga
③ kuungaza
④ kuungama

**2.**

A: Aisha alitoka nyumbani kwao Ijumaa usiku.
B: Zawadi pia alitoka nyumbani kwao usiku ule ______.

① hicho
② huyo
③ yule
④ ule

**3.**

A: Nimemaliza kazi ya leo. Nitaendeleaje na kazi ya kesho?
B: Tafadhali fanya kazi kwa bidii vivyo ______.

① hivyo
② huyo
③ yule
④ hiyo

## 4. Soma tangazo na uchague ufafanuzi usio sahihi.

**Safari ya Kambi ya Kwenda Ziwa la Levi!**

**Kuondoka:** Jumatano, tarehe 12 Mei, saa moja asubuhi
**Kurudi:** Ijumaa, tarehe 14 Mei, saa moja jioni
**Mahali pa kukutana:** Mbele ya Reiz Union, Chuo Kikuu cha Florida

Jitayarishe na vyombo vya kambi na vyakula vyako!

**Gharama:** $45
**Swali:** 352-720-1236
Shirika la Wanafunzi Wakorea katika Chuo Kikuu cha Florida

① Wasafiri wanaotaka kwenda safari hiyo watalipa dola arobaini na tano.
② Vyombo vya kambi havitatayarishwa na Shirika la Wanafunzi.
③ Wasafiri watafanya kambi katika Ziwa la Levi kwa muda wa siku tatu.
④ Wasafiri watalala kwenye hoteli iliyoko katika Ziwa la Levi.

## 5-6. Soma kifungu na uchague ufafanuzi sahihi.

### 5.

Baba yangu anapenda kwenda kuvua samaki baharini. Ana mashua ndogo ya kuvulia samaki. Karibu kila wikiendi baba yangu anakwenda pwani na wenzake. Yeye huenda kuvua samaki ili kujituliza baada ya kufanya kazi nyingi.

① Rafiki wote wa baba yangu hawapendi kuvua samaki.
② Baba yangu alipoteza kazi yake ya ofisini, halafu akawa mvuvi.
③ Baba yangu anafanya kazi ya kutengeneza mashua.
④ Baba yangu anavua samaki ili ajifurahishe.

**6.**

Siku hizi watu wengi wanatembea barabarani huku wakitumia simu ya mkononi. Watu wanapenda mfuko wa kubeba mgongoni, kwa sababu unawawezesha kutumia mikono yao miwili kushika simu wanapotembea. Kwa sababu hiyo, mifuko ibebwayo mgongoni inauzwa kwa wingi siku hizi.

① Watu wanatumia mfuko mkubwa ili watumie simu yao.
② Baadhi ya watu wanaweza kubeba simu yao mgongoni mwao.
③ Siku hizi watu wengi wanashika simu zao mikononi wanapotembea barabarani.
④ Wauzaji wengi wanauza simu ya mkononi pamoja na mfuko.

**7-8. Soma kifungu hiki na ufuate maagizo.**

Sisi wawili tungependa kutembelea Hifadhi ya Taifa ya Serengeti nchini Tanzania kutoka tarehe 10 mpaka tarehe 15 mwezi wa Mei mwaka huu. Tunatafuta watu wengine wawili wanaotaka kujiunga nasi kwa safari hiyo. Tunaweza kugawanya gharama za safari pamoja. Kama ukivutiwa na fursa hii, nipigie simu kwa nambari 0722-123456.

**7.** Chagua kichwa kifaacho zaidi kwa kifungu hiki.

① Tunatafuta wenzi watakaosafiri pamoja nasi!
② Tunapenda safari ya kwenda mbuga za kitaifa!
③ Tunatafuta gari litakalotusafirisha mpaka Serengeti!
④ Tunataka kujiunga na msafara mkubwa nchini Tanzania!

**8.** Chagua ufafanuzi sahihi.

① Wanatafuta watu wawili watakaoweza kusafiri na kugawanya gharama pamoja.
② Watatembelea Hifadhi ya Taifa ya Serengeti kwa muda wa mwezi mzima.
③ Wanaotaka kujiunga na safari hiyo watawatumia baruapepe.
④ Watu wanaovutiwa na fursa hii wanapaswa kulipa gharama kabla ya kuondoka.

Somo la Tatu

# 03 Naomba kununua simkadi.

나는 심카드를 사고 싶습니다.

 학습목표

1. 무선전화 개통 및 사용에 필요한 단어와 표현을 익힌다.
2. 상대방의 전화 및 메일 연락처를 묻고, 자신의 연락처를 가르쳐줄 수 있다.
3. 지향형 파생동사 구문을 이해할 수 있다.

 핵심표현

1. **Naomba kununua simkadi ya simu ya mkononi.**
   저는 핸드폰 심카드를 사고 싶습니다.
2. **Hebu niambie nambari ya simu yako.**
   네 전화번호를 내게 말해줘.
3. **Nitakupigia simu au nitakutumia ujumbe.**
   당신에게 전화를 하거나, 문자를 보내겠습니다.

## Mazungumzo 1

케냐 나이로비의 이동통신사 대리점

> **대화문 설명: 케냐에 도착한 민수는 나이로비 시내의 이동통신사 대리점에 들러 핸드폰을 개통하고자 한다.**

| | |
|---|---|
| Minsu | Naomba kununua simkadi ya simu hii ya mkononi. |
| Karani | Sawa. Simkadi mpya ni shilingi mia moja. Na ninahitaji kitambulisho chako. |
| Minsu | Kitambulisho ni nini? |
| Karani | Kitambulisho ni cheti au kadi inayomtofautisha mtu mmoja na wengine, kama pasipoti na leseni ya kuendesha gari. |
| Minsu | Sawa. Pasipoti yangu ndiyo hii. |
| Karani | Asante. Hebu, nipe simu yako. Nitakuwekea simkadi kwenye simu yako na nitakusaidia kuanzisha huduma za simu. |
| Minsu | Nahitaji huduma za data pia ili nipate kuunganishwa na mtandao. |
| Karani | Sawa. Labda unahitaji muda wa kuongea na mpango wa data. |
| Minsu | Ndiyo. Ni pesa ngapi? |
| Karani | Unaweza kununua kifungu cha data. Ukinunua kifungu cha shilingi elfu moja, unaweza kutumia dakika thelathini za muda wa kuongea na giga nne za mpango wa data kwa muda wa mwezi mmoja. |
| Minsu | Hizi zinatosha. Jumla ni shilingi elfu moja mia moja. Siyo? |
| Karani | Ndiyo. Asante! |

## Msamiati

| | |
|---|---|
| kadi | 카드 |
| kitambulisho | 신분증 (복수 vitambulisho) |
| cheti | 증서, 서류 (복수 vyeti) |
| -tofautisha | 구분하다, 식별하다 |
| leseni | 면허증 |
| kwenye | ~에, ~이 있는 장소에 |
| -anzisha | 시작되게 하다, 발족시키다 ('-anza'의 사역형) |
| huduma | 서비스, 봉사, 도움 |
| -unganishwa | 연결되다 ('-ungana'(연결하다, 합류하다)의 사역수동형) |
| mtandao | 인터넷, 네트워크 |
| muda wa kuongea | 통화 가능 시간(airtime) |
| kifungu | 작은 묶음, 결합상품(bundle), 묶음 판매 (복수 vifungu) |

## Sarufi

### ✓ {-ki-} 미완료상

{-ki-}는 종속절의 동사부에서 쓰여 다음과 같이 두 가지의 기능을 한다.

**1. 조건의 의미: 주절에서는 보통 미래시제 {-ta-}가 나타난다. 부정 조건절에서는 {-sipo-}를 사용한다.**

Ukifika kesho, nitakupa pesa zako.

네가 내일 도착한다면, 나는 너에게 돈을 줄 것이다.

Ukimwuliza maswali mengi, atakasirika.

네가 그에게 많은 질문을 한다면, 그는 화낼 것이다.

Usiposoma kwa bidii, hutaweza kupita mtihani huu.

열심히 공부하지 않으면, 너는 이 시험에 통과할 수 없을 것이다.

Usipomsaidia, nitakufukuza kazini.

네가 그를 돕지 않으면, 나는 너를 일터에서 쫓아낼 것이다.

**2. 행위의 동시성: 주절의 행위와 동시에 일어나는 사건을 표현한다.**

Tuliwaona vijana wakiimba.

우리는 노래하고 있는 청년들을 보았다.

Atakuwa akiningojea nyumbani.

그는 나를 집에서 기다리고 있을 것이다.

Alinipa zawadi huku akiniambia, “Pongezi kubwa!”

그는 나에게 “정말 축하해!”라고 말하며 선물을 주었다.

## Mazungumzo 2

> **대화문 설명: 대학교 교정에서 만난 한국인 교환학생 민수와 케냐인 대학생 Asha가 연락처를 주고 받는다.**

---

| | |
|---|---|
| Minsu | Nimepata nambari ya simu hapa nchini Kenya leo. |
| Asha | Ala! Hebu niambie nambari ya simu yako! |
| Minsu | Ni sufuri, saba, mbili, sufuri, halafu tano, tisa, mbili, tatu, tano, nane (0720 592358). |
| Asha | Ninakupigia simu sasa hivi. |
| Minsu | Haya! Usisahau kuandikisha jina langu kwenye orodha yako ya unaowasiliana nao. Aha! Nimepata nambari yako. |
| Asha | Wewe pia hifadhi nambari ya simu yangu. |
| Minsu | Sawa. Nitakupigia simu au nitakutumia ujumbe baadaye. |
| Asha | Je, umefungua akaunti ya M-Pesa pia? |
| Minsu | M-Pesa ni nini? |
| Asha | M-Pesa ni huduma ya kutuma na kupokea pesa kwa kutumia simu ya mkononi. Huduma hii inatumika sana nchini Kenya. Ni bora uwe na akaunti ya M-Pesa. |
| Minsu | Ni kweli? Naweza kupata hii akaunti ya M-Pesa wapi? |
| Asha | Hebu nenda dukani ulikonunua simkadi yako. Unaweza kufungua akaunti ya M-Pesa huko. |
| Minsu | Asante sana, Asha! |

## Msamiati

| | |
|---|---|
| sufuri | 영(0) |
| -andikisha | 받아 적게 하다, 등록하다 |
| orodha | 목록, 리스트 |
| -wasiliana | 연락하다, 소통하다 |
| -hifadhi | 예약하다, 보호하다, 저장하다 |
| -tumia | ~에게 보내다 ('-tuma'의 지향형) |
| ujumbe | 메시지, 문자 |
| akaunti | 계정, 계좌 |
| -tumika | 사용되다 ('-tumia'의 상태형) |

## Sarufi

### ✓ 지향형 파생동사

**1. 지향형 파생동사는 동사의 어간 모음과 어미의 성격에 따라 접미사 {-i-}, {-li-}, {-e-}, {-le-} 등이 붙어 형성되며, 동사의 원래 의미에 '...을 위해, ...에게, ...을 향해' 등의 지향적 의미가 추가된다. 이때 지향적 행위가 적용되는 대상이 동사부에 목적격 전철로 나타나므로 지향형 파생동사는 최소한 한 개 이상의 목적어를 취하게 된다.**

Ninamwandikia barua, kwa sababu hajui kuandika.

그는 글을 쓸 줄을 모르기 때문에 내가 그를 위해 편지를 써 주고 있다.

Sina nguvu. Tafadhali nichukulie mzigo huu!

기운이 없습니다. 나를 위해 이 짐을 옮겨 주세요!

Mzee alilikimbilia basi ili apate nafasi.

노인은 자리를 잡기 위해 버스를 향해 뛰었다.

Watoto walimtupia mawe mtu huyo.

아이들은 그 사람을 향해 돌을 던졌다.

**2. 지향형 파생동사는 다음과 같이 동사가 어휘적으로 도구의 쓰임을 표현할 때도 사용된다.**

Wanataka vikombe vya kunywea chai. 그들은 차 마실 컵들을 원한다.

Huu ni mshipi wa kuvulia samaki. 이것은 물고기를 잡을 때 쓰는 낚싯줄이다.

## Zoezi la kusoma

아프리카의 스마트폰 사용자

### Simu za mkononi katika Afrika Mashariki

Siku hizi watu wengi wanatumia simu za mkononi. Karibu kila mtu ana simu yake. Idadi ya simu za mkononi zinazotumiwa inakaribia idadi ya watu wazima wote. Katika nchi za Afrika Mashariki kama vile Kenya na Tanzania, idadi ya simu za mkononi ilipita idadi ya simu za waya muda mrefu uliopita. Watu wanasema kwamba matumizi ya simu za mkononi ni hatua kubwa ya maendeleo ya kiteknolojia na yameleta mabadiliko mbalimbali katika jamii.

Biashara nyingi zinafaidika kwa kuwa simu nyingi za mkononi zimeuzwa. Simu ya mkononi ni kifaa cha elektroniki kinachouzwa kwa wingi zaidi Afrika Mashariki. Kampuni kubwa za elektroniki zinatengeneza simu mbalimbali, na maduka mengi yanauza simu hizo. Kampuni zinazotoa huduma ya simu za mkononi pia zinapata faida kubwa sana.

Mara kwa mara watu, hasa vijana, wanapowasiliana kwa simu za mkononi hawazungumzi bali wao huandika jumbe. Badala ya kuzungumza kwa simu, watu wengi wanapenda kutuma jumbe fupi. Kwa njia hii, watu wanaweza kuwasiliana kwa bei nafuu. Simu za mkononi zimebadilisha uchumi na hali ya jamii.

## Msamiati

| | |
|---|---|
| idadi | 수, 수량 |
| -karibia | 다가가다, 근접하다 |
| simu ya waya | 유선전화 |
| matumizi | 사용, 용도 |
| maendeleo | 발전, 개발 |
| kiteknolojia | 기술적으로 |
| mabadiliko | 변화, 전환 (단수 badiliko) |
| jamii | 사회 |
| -faidika | 이익을 얻다 |
| kifaa | 기구, 도구, 장비 (복수 vifaa) |
| bali | 그러나, 그것과 반대로 |
| badala ya | ~ 대신에 |
| -badilisha | 바꾸다, 교환하다 |

## Maswali

### 1-3. Chagua jibu lifaalo.

**1.**

A: Baada ya kushuka kutoka kwa ndege ulitafuta nini uwanjani?
B: Nilitafutatafuta chumba cha ______ sigara.

① kuvuta
② kuvutia
③ kuvutisha
④ kuvutwa

**2.**

A: Je, chombo hiki kisipofanya kazi tena, nitafanya nini?
B: ______ simu tu. Nitakitengeneza mara moja.

① Kipiga
② Ukipigie
③ Unipiga
④ Unipigie

**3.**

A: Ulikuwa unafanya nini mgeni alipofika?
B: Nilikuwa ______ kitabu.

① nikisoma
② nikasoma
③ nitasoma
④ nilisoma

**4. Soma tangazo na uchague ufafanuzi usio sahihi.**

**Tangazo kwa wateja wetu!**

Hebu tutafute simu yako yenye ubora zaidi. Samsong ni mojawapo kati ya simu ambazo zinatumiwa na watu wengi sana. Ikiwa unatafuta simu inayofanya kazi vizuri zaidi, hakika Samsong ndiyo simu yako.
jphone ni simu yenye ubora wa kisasa kabisa, lakini ubaya wake ni bei. jphone imekuwa ikiuzwa kwa bei ya juu sana.

① Hili ni tangazo la simu mpya za mkononi.
② Mnunuzi anapenda simu ya jphone kwa sababu ya bei nafuu.
③ Simu za Samsong zinatumiwa na watu wengi sana.
④ Simu ya Samsong ni nzuri kwa mtu anayetaka simu yenye kufanya kazi vizuri zaidi.

**5-6. Soma kifungu na uchague ufafanuzi sahihi.**

**5.**

Kila wikiendi familia yangu inakula chakula cha jioni nje ya nyumbani. Siku za katikati mwa juma hatuna fursa ya kula migahawani, kwa sababu wazazi wetu wana kazi nyingi. Tumechoshwa na vyakula vya nyumbani sana, kwa hivyo tunapenda kula nje.

① Hatuwezi kula migahawani siku za katikati mwa juma kwa sababu ya gharama.
② Kila wikiendi familia yangu inapata fursa ya kula vyakula vya nje.
③ Wazazi wetu hawapendi kula migahawani kwa sababu ya kazi nyingi.
④ Tumezoea vyakula vya nyumbani sana, kwa sababu hatuwezi kula nje wikiendi.

**6.**

Kulingana na uchunguzi uliofanywa siku hizi, watu wengi wanaopenda simu za mkononi kupita kiasi ni wanawake walio kati ya umri wa miaka kumi na mitano hadi ishirini na mitano. Wao wanatumia simu zao kwa zaidi ya masaa kumi kila siku. Madaktari wengi wanaonya kwamba kutumia simu za mkononi kupita kiasi kunaleta ugonjwa wa akili.

① Kupenda simu ya mkononi kupita kiasi hakuhusiki na ugonjwa wa akili.
② Wasichana wengi walio kati ya umri wa miaka kumi na mitano hadi ishirini na mitano wana ugonjwa wa akili.
③ Baadhi ya vijana wa kike wanatumia simu za mkononi kupita kiasi.
④ Hakuna mtu anayetumia simu yake ya mkononi zaidi ya masaa kumi kila siku.

## 7-8. Soma kifungu hiki na ufuate maagizo.

Kule Afrika Mashariki kuna vyakula vya aina nyingi. Watu wengi wanapenda kunywa chai asubuhi. Watu wanakunywa chai moto yenye maziwa na sukari nyingi. Wakati wanakunywa chai, wanakula mikate iliyopakwa siagi na jemu kama chakula cha asubuhi. Wengine wanapenda kunywa chai pamoja na chapati au maandazi. Mara kwa mara watu wa mashambani hawawezi kununua mikate. Kwa hivyo, wanakunywa chai ______ viazi vitamu.

**7.** Jaza nafasi iliyoachwa wazi ili kukamilisha sentensi.

① idadi ya
② dhidi ya
③ kwa bahati ya
④ pamoja na

**8.** Chagua ufafanuzi sahihi.

① Watu wa Afrika Mashariki hunywa chai kama chakula cha asubuhi.
② Watu wengi wanapenda kunywa chai isiyo moto asubuhi.
③ Watu wa mashambani hawataki kula mikate kama chakula cha asubuhi.
④ Watu ambao hawawezi kununua siagi na jemu hula viazi vitamu.

Somo la Nne

# 04 Tusherehekee siku hiyo!

## 그날을 축하하자!

 학습목표

1. 상대방과 함께 친구 초대, 저녁 모임 등의 행사를 계획할 수 있다.
2. 동아프리카 현지의 식당에서 음식을 주문하는 데 필요한 표현을 익힌다.
3. 의문문을 강조하는 {je} 구문의 다양한 용례를 이해할 수 있다.

 핵심표현

1. **Lazima tusherehekee siku hiyo!**
   우리는 반드시 그날을 축하해야 해!
2. **Chagua nyama upendayo.**
   좋아하는 고기를 골라라.
3. **Je, una darasa kesho mchana?**
   내일 오후에 수업 있니?

## Mazungumzo 1

> **대화문 설명: 대학교 교정에서 만난 Juma와 아진은 내일로 다가온 민수의 생일 축하 저녁 식사에 대해 서로 상의한다.**

Ajin Kesho ni siku ya kuzaliwa ya Minsu.

Juma Ala! Lazima tusherehekee siku hiyo! Tutafanya nini?

Ajin Nafikiri atafurahi, kama tutakwenda kwenye mgahawa mzuri kesho jioni.

Juma Hilo ni wazo zuri sana. Kwa kawaida Minsu apenda chakula gani?

Ajin Minsu apenda nyama za aina zote, hasa nyama ya mbuzi.

Juma Basi twende kwenye mgahawa wa nyama choma. Najua mgahawa mashuhuri. Tutakula nyama tamu sana.

Ajin Vyema! Mgahawa huo uko wapi? Uko karibu na Chuo Kikuu cha Nairobi?

Juma Mgahawa huo uko ndani ya Sagret Hotel katika eneo la Milimani. Itachukua dakika ishirini hivi kwa miguu kutoka Chuo Kikuu cha Nairobi.

Ajin Ni karibu. Mimi na Minsu hatuna darasa kesho mchana, kwa hivyo tunaweza kukutana mapema. Je, wewe una darasa kesho mchana?

Juma Ndiyo. Darasa langu litamalizika saa kumi na mbili kasorobo. Kwa hivyo, tukutane saa kumi na mbili kamili mbele ya maktaba, halafu tuondoke pamoja kuelekea mgahawa huo.

Ajin Sawa tu. Tukutane kesho!

## Msamiati

| | |
|---|---|
| -sherehekea | 축하하다, 기념하다 |
| -furahi | 기쁘다 |
| mgahawa | 식당, 레스토랑 (복수 migahawa) |
| kawaida | 평소, 보통 |
| mbuzi | 염소 |
| nyama choma | 냐마쵸마, 구운 고기 |
| mashuhuri | 유명한, 널리 알려진 |
| -tamu | 맛있는, 달콤한 |
| eneo | 지역 (복수 maeneo) |
| kamili | 정확하게, 정각 |
| maktaba | 도서관 |
| -elekea | ~로 향하다 |
| kasorobo | 15분 전 |

## Sarufi

### ✓ {je} 의문 부가어

**1. 문장의 첫머리에서 쓰여 뒤따르는 문장이 의문문임을 알려준다.**

Je, unakwenda wapi? 당신 어디 가십니까?

Je, amemaliza kazi yake? 그는 일을 마쳤습니까?

**2. 문장 끝에서 쓰여 '~은 어때?'와 같이 사람이나 물건에 대한 상대방의 생각이나 의견을 묻는다.**

Mimi niko mzima. Na wewe je? 나는 건강해. 너는 어때?

Gari langu limeharibika. Na lako je? 내 자동차는 망가졌어. 네 것은(자동차) 어때?

**3. 동사에 접미되어 그 동사의 행위나 동작이 어떻게 실행되거나 실행되었는지 묻는다.**

Siku hizi masomo yako yanaendeleaje? 요즘 너의 공부는 어떻게 되어가니?

Mwalimu anafundishaje Kiswahili? 선생님은 스와힐리어를 어떻게 가르치시니?

## Mazungumzo 2

케냐의 대표적인 음식 냐마쵸마

**대화문 설명: 냐마쵸마 식당에 온 민수, 아진, Juma는 요리사에게 먹고 싶은 고기를 주문한다.**

| | |
|---|---|
| Minsu | Matembezi haya ni mazuri sana. Tunakwenda wapi? |
| Ajin | Ngoja tu, bwana. Leo ni siku yako. Tunakupeleka mahali pazuri. |
| Juma | Sasa tumefika! Tuingie hotelini humu. |
| Ajin | Ala! Huu ni mgahawa mkubwa sana. Tukae wapi? |
| Juma | Kabla ya kukaa, twende tukachague nyama kwanza. |
| Ajin | Sawa. Minsu, unataka nyama gani? Chagua nyama upendayo. |
| Minsu | Asanteni, rafiki zangu! Ningependa kula nyama choma ya mbuzi pamoja na kuku. |
| Ajin | Je, nyama choma ya mbuzi pamoja na kuku ni pesa ngapi? |
| Mpishi | Karibuni! Mbavu hizi ni mia tisa, mgongo huu ni mia nane na kuku ni mia sita hamsini. |
| Ajin | Hebu, weka mbavu hizi na kuku moja. Minsu, unataka zaidi? |
| Minsu | Nyama hizi zinatosha. Usiagize zaidi tafadhali. |
| Ajin | Haya, twende tukakae huko. Juma, tufanye nini sasa? |
| Juma | Itachukua muda mrefu nyama kuiva. Tunywe vinywaji huku tukingoja. |

## Msamiati

| | |
|---|---|
| matembezi | 산책, 걷기 |
| kabla ya | ~ 전에 |
| -chagua | 선택하다 |
| mbavu | 갈비, 갈비뼈 (단수 ubavu) |
| mgongo | 등, 등뼈 (복수 migongo) |
| -agiza | 주문하다, 명령하다, 시키다 |
| vinywaji | 음료수 (단수 kinywaji) |
| -iva | (고기, 과일 등이) 익다 |

## Sarufi

### ✓ 시제가 표시되지 않는 일반 관계구문

**1. 의미상으로 시점이 정해져 있지 않은 일반적인 진술을 표현하는 관계절에서는 시제를 별도로 표시하지 않고 동사의 끝에 관계접사만 붙인다.**

Mtoto aliaye kila usiku ni wangu. 매일 밤 우는 아이는 내 아이이다.

Duka liuzalo mafuta limefunguliwa. 기름을 파는 가게가 열려있다.

Mbwa walindao nyumba yake ni wakali. 그의 집을 지키는 개들은 사납다.

**2. 일반 관계구문의 부정은 동사 앞에 부정 형태소 {-si-}와 관계접사를 첨가해서 표현한다. 예문에 나타난 바와 같이, 관계접사의 위치가 바뀌는 점에 주의해야 한다.**

Mtoto asiyelia usiku ni wako. 밤에 울지 않는 아이는 너의 아이이다.

Hili ni duka lisilouza mafuta. 이것은 기름을 팔지 않는 가게다.

## Zoezi la kusoma

요리 준비하기

### Kujifunza mapishi ya kigeni

Napenda kula chakula kitamu na kujifunza jinsi ya kupika mapishi mbalimbali. Siku hizi mimi hula chakula cha mchana katika mgahawa wa Kichina. Kitu kinachonipendeza kuhusu chakula cha Kichina ni jinsi wapishi wanavyopika mboga zao. Kwa kawaida hawaziivishi sana, yaani wanazipika kidogo tu. Kwa hivyo ukiwa unazila, unapata ladha halisi ya hizo mboga. Mara nyingi huwa ninaagiza nyama ya ng'ombe na mboga pamoja na wali wa kukaanga.

Nikiamua kula vyakula vya nje, napenda kujaribu vyakula kutoka nchi za kigeni ili kuona ni jinsi gani mapishi yao yako tofauti na ya kwetu. Ikitokea kwamba nimekipenda chakula chao, natafuta jinsi ya kukipika na kujaribu kukipika mwenyewe nyumbani. Juzi nilikula nyama choma ya kuku tamu sana katika mgahawa wa Kihindi. Nilitafuta jinsi ya kupika chakula hiki kwenye mtandao na kununua viungo vinavyohitajika. Siku nyingine nilikwenda kwenye mgahawa wa Kilebanoni na kula samaki wa kuokwa. Nilikula samaki huyo pamoja na wali na saladi. Najaribu kula samaki mara nyingi iwezekanavyo kwa sababu samaki ni mzuri kwa afya. Wikiendi iliyopita nilikwenda sokoni ili kununua samaki. Nilioka samaki huyo kwa dakika kumi kila upande katika moto usiokuwa mkali. Alikuwa mtamu sana kama samaki wauzwao katika ule mgahawa wa Kilebanoni.

## Msamiati

| | |
|---|---|
| mapishi | 요리, 요리법 |
| mbalimbali | 다양한, 여러 가지 |
| Kichina | 중국어, 중국풍의, 중국식의 |
| mboga | 야채, 채소 |
| -ivisha | 익히다 ('-iva'의 사역형) |
| yaani | 다시 말해서, 다른 말로 하면 |
| ladha | 향기, 맛 |
| halisi | 진정한, 진품의, 진짜의 |
| -amua | 결심하다, 결정하다 |
| -tokea | 나타나다, 발생하다 |
| viungo | 조미료, 향신료 (단수 kiungo) |
| -hitajika | 필요로 하다, 필요한 상태에 있다 ('-hitaji'의 상태형) |
| Kilebanoni | 레바논식의, 레바논풍의 |
| -oka | (음식을) 굽다, (열로) 굳히다, 말리다 |

## Maswali

### 1-3. Chagua jibu lifaalo.

**1.**

A: Baba yako anafanya kazi gani?
B: Yeye ni mwalimu. Na baba yako _______?

① vipi
② gani
③ je
④ nini

**2.**

A: Baada ya kumaliza darasa lako, utafanya nini?
B: Nitasoma maktabani ili kupata alama _______.

① zitakazo
② nizitakazo
③ nizotaka
④ nitakalo

**3.**

A: Kuna vitu vizuri vingi dukani humu.
B: Chagua kitu _______! Nitakununulia hicho.

① kipendaye
② upendaye
③ upendacho
④ kipendacho

## 4. Soma tangazo na uchague ufafanuzi usio sahihi.

**Tangazo la Mhadhara Maalum**

**Mada:** Nishati za wakati ujao
**Mwashilishaji:** Wonseok Choi (Profesa, Chuo Kikuu cha Seoul)
**Tarehe:** 10 Aprili, Jumatano
**Saa:** 9:00 ~ 11:00 mchana
**Mahali:** No. 301 Ukumbi wa Pugh, Chuo Kikuu cha Florida

Idara ya Uhandisi wa Umeme, Chuo Kikuu cha Florida

① Mhadhara huu umepangwa na Chuo Kikuu cha Seoul.
② Mhadhara huu unahusu masuala ya uhandisi wa umeme.
③ Mhadhiri ameajiriwa na Chuo Kikuu cha Seoul.
④ Mhadhiri atazungumza katika darasa hili kwa muda wa masaa mawili.

## 5-6. Soma kifungu na uchague ufafanuzi sahihi.

**5.**

Nilizaliwa katika jiji la Busan. Busan ni jiji la pili kwa ukubwa nchini Korea, na lina bandari muhimu sana katika Asia Mashariki. Jiji hili ni kitovu cha usarifi wa bahari. Takriban watu milioni nne wanaishi katika jiji hili.

① Jiji la Busan lina bandari la pili kwa ukubwa nchini Korea.
② Idadi ya watu waliozaliwa katika Busan ni takriban milioni nne.
③ Busan ni kitovu cha usafiri wa bahari katika Asia Mashariki.
④ Kisiwa cha Busan kiko kwenye mwambao wa Bahari Pasifiki.

**6.**

Kaka yangu anapenda kucheza kandanda. Kila siku anacheza kandanda uwanjani pamoja na rafiki zake baada ya shule. Anarudi nyumbani jioni kama saa moja.

① Kila siku kaka yangu anacheza kandanda uwanjani.
② Kila siku kaka yangu haendi shule kwa sababu ya ugonjwa.
③ Kila siku kaka yangu anakutana na rafiki zangu.
④ Kaka yangu anarudi nyumbani baada ya kumaliza masomo yake.

## 7-8. Soma kifungu hiki na ufuate maagizo.

Rafiki yangu huchelewa ________. Sijawahi kumwona akifika kwa wakati unaofaa. Uchunguzi umebainisha kuwa watu huchelewa kwa sababu mbalimbali. Sababu mojawapo ni kutowajibika, yaani watu wengi hawaoni umuhimu wa kuzingatia saa. Mara kwa mara rafiki yangu anatoa kisingizio kwamba ni kawaida ya Mwafrika kutozingatia muda.

**7.** Jaza nafasi iliyoachwa wazi ili kukamilisha sentensi.

① siku moja
② mara moja tu
③ siku yote
④ siku zote

**8.** Chagua ufafanuzi sahihi.

① Sijapata kumwona rafiki yangu akichelewa.
② Rafiki yangu huchelewa kwa sababu ya msongamano wa magari.
③ Kulingana na uchunguzi mmoja, mtu mwenye wajibu huchelewa.
④ Rafiki yangu haelewi umuhimu wa kuzingatia saa.

Somo la Tano

# 05 Nina homa na koo linauma.

## 열이 있고, 목이 아픕니다.

 학습목표

1. 의료진에게 자신의 증상을 대략 설명할 수 있다.
2. 병원이나 약국에서 쓰이는 간단한 표현을 익힌다.
3. {amba-}가 사용되는 관계구문을 활용할 수 있다.

 핵심표현

1. **Nina homa na koo linauma.**
   열이 있고, 목이 아픕니다.
2. **Lazima urudi hapa baada ya siku tatu.**
   사흘 후에 여기 다시 와야 합니다.
3. **Naomba dawa ambazo daktari ameniandikia.**
   의사가 처방해 준 약을 부탁드립니다.

## Mazungumzo 1

**> 대화문 설명: 케냐에 교환학생으로 체류하고 있는 아진은 몸이 아파서 병원에 들렀다.**

| | |
|---|---|
| Daktari | Karibu! Ukae hapa. |
| Ajin | Daktari, nina homa na koo linauma. |
| Daktari | Hebu, nione. Fumbua mdomo wako. Nionyeshe ulimi. Umekuwa na maumivu kwa siku ngapi? |
| Ajin | Maumivu yalianza siku mbili zilizopita. |
| Daktari | Unasikia maumivu wakati wa kumeza? |
| Ajin | Ndiyo, daktari. |
| Daktari | Hebu sogea karibu. Vuta pumzi nyingi. Shikilia pumzi. Sasa toa pumzi. Unaharisha? |
| Ajin | Ndiyo. Niliharisha mara mbili leo asubuhi. |
| Daktari | Lazima tuchunguze damu yako. Kwa sasa nitakuandikia vidonge. Vitakusaidia. |
| Ajin | Nashukuru daktari. |
| Daktari | Lazima urudi hapa baada ya siku tatu. Karani wa mapokezi atakusaidia kupanga miadi hiyo. |

## Msamiati

| | |
|---|---|
| homa | 열, 발열 |
| koo | 목젖, 목구멍 |
| -uma | 아프다, 물다 |
| -fumbua | 열다, 벌리다 |
| mdomo | 입 (복수 midomo) |
| ulimi | 혀 (복수 ndimi) |
| maumivu | 고통, 진통, 아픔 |
| -meza | 삼키다 |
| -sogea | 나아가다, 다가서다 |
| -vuta | 흡입하다, 들이마시다 |
| pumzi | 숨, 호흡 (복수 mapumzi) |
| -shikilia | 참다, 고집하다 |
| -harisha | 설사하다, 배설하다 |
| -chunguza | 조사하다, 검사하다 |
| damu | 피 |
| vidonge | 알약 (단수 kidonge) |
| mapokezi | 접수, 리셉션 |

## Sarufi

### ✓ 반대형 파생동사

반대형 파생동사는 동사의 어간 모음에 따라 접미사 {-u-} 혹은 {-o-}를 동사 어간에 붙여 형성되며, 다음과 같은 두 가지 기능을 한다.

#### 1. 기본형 동사의 의미에 반대되는 의미를 전달한다.

Naomba ufungue dirisha kwa sababu kuna joto. 더우니까 창문 좀 열어주세요.

(-funga 닫다 → -fungua 열다)

Alizibua kizibo cha chupa. 그는 병의 마개를 땄다.

(-ziba 덮다 → -zibua 열다, 따다)

Alikunjua matandiko. 그는 이불을 폈다.

(-kunja 접다, 개다 → -kunjua 펴다)

#### 2. 동사에 따라 기본형 동사의 원래 뜻을 강화한다.

Alikamua matiti ya ng'ombe ili kupata maziwa. 그는 우유를 얻기 위해 소의 젖을 쥐어짰다.

(-kama 짜다 → -kamua 쥐어짜다)

Baba alichimbua miti katika bustani. 아버지가 정원의 나무들을 파내서 뽑아버렸다.

(-chimba 파다 → -chimbua 파내다)

## Mazungumzo 2

동아프리카의 약국

**대화문 설명: 병원에서 진찰을 받고 의사로부터 처방전을 받은 아진은 약을 사러 약국에 왔다.**

| | |
|---|---|
| Mfamasia | Nikusaidie vipi? |
| Ajin | Naomba dawa ambazo daktari ameniandikia. |
| Mfamasia | Sawa. Hebu nione agizo la daktari. |
| Ajin | Hili hapa. |
| Mfamasia | Una dawa maalum ambazo unapaswa kuzitumia kwa kawaida? |
| Ajin | La. Siku hizi sinywi dawa yoyote. |
| Mfamasia | Kuna dawa ambazo huwezi kunywa? |
| Ajin | Hapana. Sina mzio wa dawa. |
| Mfamasia | Sawa. Tafadhali subiri kidogo. Nitarudi na dawa zako. |
| Ajin | Asante! |
| Mfamasia | Hebu kunywa dawa hizi baada ya kula chakula mara tatu kila siku. |
| Ajin | Vidonge vyekundu hivi ni vya matibabu gani? |
| Mfamasia | Hivi ni viuavijasumu. |
| Ajin | Nitakunywa dawa hizi kwa siku ngapi? |
| Mfamasia | Siku tatu. Ni muhimu kwamba umalize dawa zote. |

## Msamiati

| | |
|---|---|
| dawa | 약 |
| agizo | 지시, 주문 (복수 maagizo) |
| matibabu | 치유, 치료법 |
| mzio | 알레르기 (복수 mizio) |
| maalum | 특정한, 특별한 |
| -ekundu | 붉은, 빨간색의 |
| viuavijasumu | 항생제 (단수 kiuavijasumu) |
| muhimu | 중요한 |
| mfamasia | 약사 (복수 wafamasia) |
| -paswa | ~해야만 하다, 강요되다 ('-pasa'의 수동형) |

## Sarufi

### ✓ {amba-} 관계구문

**1.** **선행사와 동사부 사이에 {amba-}와 관계접사가 결합한 형태로 나타난다.**

Yule **ambaye** amemaliza masomo anatafuta kazi.
공부를 마친 사람이 직업을 찾고 있다.

Kiti **ambacho** kimevunjika kimeondoshwa.
부서진 의자가 치워졌다.

Tikiti **ambayo** nilinunua ni ghali sana.
내가 산 티켓은 매우 비싸다.

**2.** **{amba-} 관계구문의 부정에는 부정주격전철이 사용된다.**

Yule **ambaye ha**jamaliza masomo hatafuti kazi.
공부를 마치지 않은 사람이 직업을 찾지 않고 있다.

Kiti **ambacho haki**javunjika kimebaki.
부서지지 않은 의자가 남아있다.

Tikiti **ambayo si**kununua ni rahisi sana.
내가 사지 않은 티켓은 매우 저렴하다.

## Zoezi la kusoma

아프리카의 종합병원

### Huduma za matibabu katika nchi ya kigeni

Kwenda hospitalini katika nchi ya kigeni si kazi rahisi. Kwanza kutafuta hospitali au kliniki nzuri ni kugumu. Unaweza kuuliza rafiki na majirani mahali ambapo wao wanapendekeza. Kwa kawaida huwezi kwenda hospitalini bila mpango, yaani unahitaji kupanga miadi ya kumwona daktari. Unaweza kupiga simu kwa ofisi ya daktari ili kupanga miadi hiyo. Karani wa mapokezi katika ofisi ya daktari atakuuliza maswali kuhusu wewe mwenyewe, dalili zako na bima yako ya afya. Kama huna bima ya afya, gharama za matibabu zitakuwa kubwa sana. Halafu karani atakupa siku na saa ya miadi. Kama hizo siku na saa ni wakati mzuri kwako, basi miadi yako itakuwa imepangwa.

Kama una dharura ambayo inaweza kutishia maisha, unapaswa kwenda kwenye chumba cha dharura cha hospitali. Unaweza kupiga simu kwa nambari ya dharura kama 911 nchini Marekani na 999 nchini Kenya. Kama mahitaji yako ya kimatibabu si dharura, lakini bado unahitaji kuona daktari haraka, unaweza kwenda kwa hospitali zinazotoa huduma ya haraka bila miadi. Mara nyingi hospitali hizi huwa zimefunguliwa saa za usiku na wikiendi.

## Msamiati

| | |
|---|---|
| –geni | 낯선, 외국의 |
| kliniki | 클리닉, 개인병원 |
| majirani | 이웃 (단수 jirani) |
| dalili | 증상, 징조 |
| bima | 보험 |
| afya | 건강 |
| gharama | 비용, 지출 |
| -pangwa | 정리되다, 계획되다 ('-panga'의 수동형) |
| dharura | 응급 상황, 위급한 사건 |
| -tishia | 위협하다, 무섭게 하다 ('-tisha'(놀라게 하다)의 지향형) |
| idara | 부서, 학과 |

## Maswali

### 1-3. Chagua jibu lifaalo.

**1.**

A: Kuna joto jingi sana. Huhisi joto?
B: Nahisi joto pia. Hebu ______ dirisha.

① utafungue
② kulifungua
③ ufungue
④ ulifungua

**2.**

A: Nani anaweza kupita mtihani mgumu kama ule?
B: Wanafunzi wote ______ wanajifunza kwa bidii watapita mtihani ule tu.

① ambalo
② ambao
③ ambaye
④ ambacho

**3.**

A: Nani anaweza kurudi nyumbani kwake?
B: Mwanafunzi ______ amemaliza masomo yake.

① ambalo
② ambaye
③ ambao
④ ambacho

## 4. Soma tangazo na uchague ufafanuzi usio sahihi.

**Sherehe ya majira ya kuchipua katika Ziwa la Fedha!**

**Muda:** Jumamosi na Jumapili, tarehe 12~13 Machi,
Saa tatu asubuhi ~ Saa kumi na mbili Jioni
**Mahali:** Bustani ya Jimbo ya Ziwa la Fedha

Tufurahie uchezaji wa muziki na safari za mashua ziwani!

**Ada ya mlangoni:** 4$ kwa mtu mzima na 2$ kwa mtoto
**Swali:** 0720-123456

① Watu wanaweza kuingia mahali pa sherehe bila malipo.
② Watu wanaweza kupanda mashua katika Ziwa la Fedha.
③ Sherehe itafanyika kwa muda wa siku mbili.
④ Uchezaji wa muziki utafanyika katika sherehe hiyo.

## 5-6. Soma kifungu na uchague ufafanuzi sahihi.

### 5.

Mama yangu ni mnene sana. Nikiangalia chati ya kuonyesha uzito ufaao, inaonyesha kwamba yeye ni mnene kupita kiasi. Unene uliozidi ni hatari kwa afya. Kwa hivyo ameanza mazoezi ya kimwili ili apunguze uzito.

① Mama ya mwandishi hajui tatizo la unene wake.
② Mama ya mwandishi anajaribu kupunguza uzito wake.
③ Mwandishi anaelewa kwamba chati ya kuonyesha uzito ufaao ni hatari.
④ Mwandishi anafikiri unene ni alama ya afya nzuri.

### 6.

Rafiki yangu anameza dawa yake kila siku. Ana ugonjwa wa mishipa ya damu. Anaweza kufanya mambo ya kawaida, lakini hawezi kunywa pombe wala kufanya mazoezi makali ya kimwili.

① Nilimpa rafiki yangu dawa kila siku.
② Mazoezi makali yamesababisha ugonjwa wangu.
③ Rafiki yangu aliye na ugonjwa anapaswa kuwa mwangalifu kwa mwili wake.
④ Rafiki yangu anakunywa pombe nyingi kila siku.

## 7-8. Soma kifungu hiki na ufuate maagizo.

Watu wazima wanahitaji ujuzi ________ waweze kufanya uamuzi bora juu ya hali yao ya uzazi. Inasemekana kwamba matokeo ya hali bora ya uzazi yanalingana na kiwango kizuri cha elimu na uchumi. Mpango ufaao unawahimiza wazazi wawe na ujuzi unaohitajika. Ukiambatanishwa na elimu bora ya uzazi, mpango huu utawasaidia kwa njia mbalimbali.

**7.** Jaza nafasi iliyoachwa wazi ili kukamilisha sentensi.

① ila
② ili
③ bali
④ wala

**8.** Chagua ufafanuzi sahihi.

① Hali ya kulea watoto imekuwa mbaya zaidi mwaka huu.
② Kwa uzazi bora, watu wazima lazima wawe na ujuzi.
③ Elimu nzuri haihusiki na hali bora ya uzazi.
④ Mpango wa kiuchumi unawahimiza watoto wawe na mali.

Somo la Sita

# 06 Una mpango gani?

## 어떤 계획을 가지고 있니?

 학습목표

1. 영화 관람, 박물관 방문 등 여가 활동에 관한 표현을 익힌다.
2. 일반관계구문에 쓰이는 {-li-}의 용법을 이해할 수 있다.
3. {-po-}가 사용되는 시간의 관계절을 활용할 수 있다.

 핵심표현

1. **Una mpango gani?**
   어떤 계획을 가지고 있니?
2. **Tutakwenda kwenye sinema iliyoko Junction Mall.**
   우리는 정션몰에 있는 극장에 갈 거야.
3. **Jumba la makumbusho lilikuwa vipi?**
   박물관은 어땠니?

## Mazungumzo 1

> 대화문 설명: 민수와 Asha가 주말 계획에 대해 이야기를 나눈다. 민수는 Asha에게 영화관에 같이 가자고 제안한다.

| | |
|---|---|
| Minsu | Utafanya nini wikiendi hii? |
| Asha | Sina mpango maalum. Una mpango gani? |
| Minsu | Mimi na Ajin tunataka kwenda sinema Jumamosi. Kama huna shughuli nyingine, unaweza kujiunga nasi. |
| Asha | Nitafanya hivyo. Mtatazama filamu gani? |
| Minsu | Bado hatujachagua filamu tutakayoitazama. Una filamu ambayo ungependa kutazama? |
| Asha | Sina habari nyingi kuhusu filamu za siku hizi. |
| Minsu | Unapenda filamu ya aina gani? Filamu ya komedi, ya familia au ya kutisha? |
| Asha | Ala! Sitaki kabisa filamu ya kutisha. Kama mnataka filamu ya aina hiyo, basi sitakwenda pamoja na nyinyi. |
| Minsu | Sawa tu. Hatutatazama filamu ya kutisha. Basi tutaweza kuchagua filamu tutakapofika kwenye jumba la sinema. |
| Asha | Haya. Mtakwenda kwenye sinema gani? |
| Minsu | Tutakwenda kwenye sinema iliyoko Junction Mall. Kesho saa nane mchana ni sawa kwako? |
| Asha | Sawa. Tuonane kesho! |

## Msamiati

| | |
|---|---|
| maalum | 특별한, 유명한 |
| Jumamosi | 토요일 |
| shughuli | 업무, 할 일 (복수 mashughuli) |
| -jiunga | 가담하다, 참가하다, 입학하다 |
| filamu | 영화 |
| -tisha | 무섭게 하다, 놀라게 하다 |

## Sarufi

### ✓ 일반 관계구문의 {-li-}

**1.** **시제가 표시되지 않는 일반 관계구문에서 '~이다'의 뜻을 가진 계사가 서술어로 올 경우, 원래의 계사 {ni} 대신에 {-li-}가 쓰인다.**

Ondoa nguo zilizo chafu. 더러운 옷들을 치워라.

Vitu vilivyopo hapa vimevunjika 여기 있는 물건들은 부서졌다.

Aliye bahili hataishi kwa raha duniani. 인색한 사람은 세상에서 즐겁게 살지 못한다.

**2.** **{-li-} 일반 관계구문의 부정은 {-li-} 대신에 부정 형태소 {-si-}를 사용한다.**

Wasio madaktari hawawezi kuwatibu wagonjwa hawa.
의사가 아닌 사람은 이 환자들을 치료하지 못한다.

Yule asiye na mtoto yupo hapa.
아이가 없는 이가 여기에 있다.

Maduka yasiyo makubwa ni mengi kijijini.
이 마을에는 크지 않은 상점들이 많다.

## Mazungumzo 2

케냐 나이로비 국립 박물관

**대화문 설명: 아진은 지난 주말 박물관에 다녀온 경험담을 Juma에게 들려주고 있다.**

Juma Hujambo, Ajin? Habari za wikiendi? Ulifanya nini?

Ajin Nzuri. Nilikwenda kwenye jumba la makumbusho karibu na Chuo Kikuu cha Nairobi.

Juma Vyema! Jumba la makumbusho lilikuwa vipi?

Ajin Lilinipendeza sana. Nilikuwa na wakati mzuri.

Juma Ulipenda vitu gani katika jumba hilo.

Ajin Nilichukua muda mrefu kutazama mafuvu ya binadamu katika kitengo kiitwacho "Chimbuko la Mwanadamu."

Juma Nakumbuka yale mafuvu mengi ya zamani za kale. Nilikwenda huko nilipokuwa mwanafunzi wa shule ya upili.

Ajin Kuhifadhi historia ni muhimu sana.

Juma Ni kweli kabisa. Ulikwenda peke yako?

Ajin Ndiyo. Labda tunaweza kwenda kwenye jumba la makumbusho tena pamoja. Ningependa kusikiliza maelezo yako kuhusu historia ya Kenya.

Juma Hakuna shida. Naweza kukueleza maisha ya zamani ya watu wa Kenya.

Ajin Nashukuru sana. Maelezo yako yatanisaidia kuelewa utamaduni wa Kenya. Kutoka sasa wewe ni mwalimu wangu wa historia.

Juma Kama ujuavyo, mimi si mtaalamu wa historia, lakini nitajaribu kukuelimisha.

## Msamiati

| | |
|---|---|
| jumba | 빌딩, 건물, 큰 집 (복수 majumba) |
| makumbusho | 박물관, 기념관 |
| -pendeza | 매혹하다, 흥미를 끌다 |
| mafuvu | 두개골, 껍질 (단수 fuvu) |
| binadamu | 인간, 인류 |
| kitengo | 전시실, 구획 (복수 vitengo) |
| chimbuko | 근원, 기원 (복수 machimbuko) |
| mwanadamu | 인간, 인류 (복수 wanadamu) |
| kale | 옛날, 과거 |
| peke | 고립, 단독 |
| maelezo | 설명 (단수 elezo) |
| utamaduni | 전통, 문화, 취향 |
| mtaalamu | 전문가, 지식인 (복수 wataalamu) |
| -elimisha | 교육하다, 가르치다 |

## Sarufi

### ✓ 시간의 관계구문 {-po-}

**1. 원래 '특정한 장소'를 지칭하는 장소격 PA부류의 관계접사인 {-po-}가 특정한 시간을 나타내는 관계접사로도 사용된다.**

Nili**po**amka, alikuwa ameenda nyumbani kwake.

내가 일어났을 때 그는 자기 집으로 가버렸다.

Kila ana**po**kuja, watu wanafurahi.

그가 올 때마다, 사람들은 기뻐한다.

Uli**po**niona, kwa nini hukuniita?

네가 너를 보았을 때, 왜 나를 부르지 않았니?

**2. 관계절 내의 시간이 미래인 경우에는 시제 표시로 {-ta-}가 아닌 {-taka-}를 사용한다.**

Nitasoma kitabu maktaba i**takapo**funguliwa.

나는 도서관이 개관할 때, 책을 읽을 것이다.

U**takapo**mwona utamwambia habari hiyo.

네가 그를 보게 될 때, 너는 그에게 그 소식을 말해줄것이다.

**3. 이외에도 {-po-}는 다음 예문에서와 같이 관계사 {amba-}와 결합하거나 시제가 없는 일반 관계구문에서도 쓰일 수 있다.**

Urudi**po** nyumbani, hutaamini jinsi ambavyo vitu vimebadilika.

네가 집에 돌아가면, 변화된 모습을 믿지 않을 것이다.

Ufanyika**po** uchaguzi, watu wanaogopa.

선거가 거행될 때, 사람들은 두려워한다.

Wakati **ambapo** hawakukutana, walikasirika.

서로 만나지 못했을 때, 그들은 화가 났다.

## Zoezi la kusoma

케냐 나이로비의 영화관

### Kwenda sinema pamoja na familia yangu

Siku moja baba alikuwa hana shughuli yoyote akasema twende sinema. Basi mimi na dada yangu tulikuwa hatujui kama baba alikuwa anataka kutazama filamu gani. Tulipofika kwenye jumba la sinema, baba alituambia tutazame filamu ya vita. Jina la filamu aliyoichagua ni "1917", yaani mwaka elfu moja mia tisa kumi na saba. Filamu hiyo inasimulia hadithi ya Vita Kuu ya Kwanza ya Dunia. Nilikuwa sitaki kutazama filamu hiyo ya vita, bali nilitaka kutazama filamu iitwayo "Kimelea".

Filamu hiyo ya Kikorea ni mashuhuri sana, kwa sababu ilishinda tuzo kubwa nchini Marekani. Wataalamu wa sinema wanasema kwamba "Kimelea" inashughulikia masuala ya kijamii kutokana na tofauti kati ya watu tajiri na maskini. Rafiki aliyekuwa ameona filamu hiyo aliniambia kwamba ina hadithi ya kusisimua. Kwa hivyo, nilikuwa ninawashawishi baba na dada yangu tutazame filamu hiyo. Dada yangu alikubali maoni yangu, kwa sababu yeye pia alikuwa amesikia sifa ya filamu hiyo. Baba yangu alikuwa anashikilia filamu ya vita, lakini hakuweza kukataa maombi ya wanawe.

## Msamiati

| | |
|---|---|
| vita | 전쟁 |
| -simulia | 이야기하다, 설명하다 |
| hadithi | 이야기, 민담 |
| dunia | 세계 |
| kimelea | 기생충, 기생식물 (복수 vimelea) |
| -shinda | 이기다, 극복하다 |
| tuzo | 상, 선물 |
| -shughulikia | ~를 다루다, ~의 업무를 하다 |
| kijamii | 사회적으로 |
| -sisimua | 떨다, 흥분하다 |
| -shawishi | 설득하다 |
| -kubali | 동의하다 |
| maoni | 시각, 의견, 견해 |
| sifa | 명예, 유명세, 자질 |
| -kataa | 거부하다, 거절하다 |
| maombi | 요청, 바람 (단수 ombi) |

## Maswali

### 1-3. Chagua jibu lifaalo.

**1.**

A: Nani anakuja pamoja na rafiki yako?
B: Msichana ______ mrembo wa kupendeza anakuja.

① aliye
② anaye
③ aniye
④ alikuwaye

**2.**

A: Sijamwona mwana wangu. Amerudi nyumbani?
B: Alirudi nyumbani ______ nje kidogo.

① ulitokapo
② ulitoka
③ uliyetoka
④ulipotoka

**3.**

A: Unataka nikuletee shati gani?
B: Hebu niletee shati ______ na mikono myembamba.

① iliye
② zizoli
③ lililo
④ yolizo

## 4. Soma tangazo na uchague ufafanuzi usio sahihi.

**Darasa la Kikorea**

**Muda:** Tarehe 12 Machi (Jumatatu) ~ Tarehe 29 Juni(Jumamosi), Wiki kumi na tano
**Wakati:** Saa kumi na moja ~ Saa moja, Jumatatu, Jumatano na Ijumaa
**Mahali:** Nambari 1203, Jengo la Lugha na Fasihi
**Mhadhiri:** Jungeun Choi

Idara ya Masomo ya Kikorea

① Wanafunzi watasoma Kikorea katika darasa hili.
② Darasa hili litafanyika mara tatu kwa wiki.
③ Darasa hili litaendelea kwa muda wa miezi kumi na mitano.
④ Darasa hili limepangwa na Idara ya Masomo ya Kikorea.

## 5-6. Chagua wazo kuu la kifungu hiki.

### 5.

Nilipenda kutazama filamu katika sinema, lakini siku hizi siwezi kupata fursa ya kwenda sinema. Hata nikipata nafasi ya kwenda sinema pamoja na familia, siwezi kuchagua filamu nitakayo. Kwa sababu ya watoto wangu, lazima tutazame filamu ya familia.

① Watoto wangu wanapenda filamu iliyotengenezwa shuleni mwao.
② Familia yangu haitaki kwenda sinema kwa sababu ya filamu ya familia.
③ Nilitaka kujifunza ujuzi wa kutengeneza sinema katika chuo kikuu.
④ Siku hizi siwezi kutazama filamu nitakayo kwa sababu ya familia yangu.

### 6.

Mama yangu anapenda kusafiri na rafiki zake. Mwaka uliopita alitembelea nchi za Ulaya ya Kaskazini kama vile Denmark, Finland na Sweden. Yeye ni mtalii hodari, na ana mpango wa kutembelea Marekani mwaka huu.

① Mama yangu anakwenda nchi za kigeni ili kufanya biashara.
② Mama yangu anapenda kusafiri peke yake.
③ Mama yangu anafanya kazi ya kusaidia watalii.
④ Mama yangu anataka kusafiri Marekani mwaka huu.

## 7-8. Soma kifungu hiki na ufuate maagizo.

Nataka kutembelea nchi ya Tanzania. Wakati wa likizo nitasafiri Tanzania kwa ndege. Huu ndio mpango wa safari yangu. Kwanza, nitakwenda Dar es Salaam. Katika mji huu nitatembelea Chuo Kikuu cha Dar es Salaam. Pili, nitakwenda Zanzibar kwa meli. Huko ningependa kuogelea na pomboo. ________, nataka kwenda Ngorongoro ili kutazama wanyama pori.

**7.** Jaza nafasi iliyoachwa wazi ili kukamilisha sentensi.

① Mwenzio
② Mwanzoni
③ Mwishowe
④ Mbona

**8.** Chagua ufafanuzi sahihi.

① Mwandishi ana mpango wa kusafiri nchini Tanzania.
② Mwandishi atatembelea jijini Dar es Salaam kwa meli.
③ Mwandishi atakwenda Zanzibar ili kutazama wanyama pori.
④ Mwandishi amenunua tikiti ya basi la kwenda Mbuga ya Ngorongoro.

Somo la Saba

# 07 Kuhama ni kazi nyingi.

이사는 일이 많아.

학습목표

1. 이사, 입주, 생필품 구입 등에 관련된 표현을 익힌다.
2. 상대방과 친구 초대, 파티 준비 등에 관해 상의할 수 있다.
3. 선행사가 목적어인 관계구문의 용법을 이해할 수 있다.

핵심표현

1. **Umemaliza kuhamia kwenye nyumba mpya?**
   새집으로의 이사는 마쳤니?
2. **Watu wangapi watahudhuria?**
   몇 명이 참가할 예정이니?
3. **Hutaki maduka yote niliyoyapendekeza.**
   너는 내가 추천한 모든 상점을 원하지 않는구나.

## Mazungumzo 1

케냐의 슈퍼마켓

> **대화문 설명: 최근에 새집으로 이사한 아진은 Juma를 만나 이사 및 생필품 구입에 관한 이야기를 나눈다.**

| | |
|---|---|
| Juma | Umemaliza kuhamia kwenye nyumba mpya? |
| Ajin | Ndiyo. Ilichukua muda mrefu kusafisha nyumba ile. |
| Juma | Kuhama ni kazi nyingi sana. Sasa unaweza kupumzika. |
| Ajin | Hapana, bado kuna kazi nyingi. Nahitaji kwenda kwa duka kubwa linalouza vyakula na bidhaa za matumizi ya nyumbani. |
| Juma | Usiwe na wasiwasi. Kuna maduka makubwa mengi karibu na nyumba yako. |
| Ajin | Nimeona maduka hayo, lakini sijui nitapata vitu nitakavyo katika duka gani? |
| Juma | Ukitaka vitu vya bei rahisi, nenda Tuskys. Bidhaa zao si nzuri sana, lakini bei zao ni nafuu. |
| Ajin | Sitaki vitu vibaya. Ningependa kununua bidhaa za kifahari. |
| Juma | Sawa tu. Ukiwa na pesa za kutosha, nenda kule Yaya Centre. Kuna maduka maridadi kabisa humo ndani. |
| Ajin | Mimi ni mwanafunzi tu. Siwezi kununua vitu ghali. |
| Juma | Sasa unataka kwenda wapi? Hutaki maduka yote niliyoyapendekeza. |
| Ajin | Pole. Kusema kweli, sina budi ila kwenda kwa duka linalouza vitu kwa bei rahisi. |

## Msamiati

| | |
|---|---|
| -hamia | ~로 이주하다 ('-hama'(이사하다)의 지향형) |
| -safisha | 깨끗이 하다, 청소하다 |
| -pumzika | 휴식하다, 쉬다 |
| bidhaa | 상품, 제품 |
| matumizi | 용도, 사용 |
| nafuu | (가격이) 저렴함, 이익; (질병에서의) 회복 |
| kifahari | 고급품의, 사치품의 |
| maridadi | 세련된, 화려한, 멋진 |
| -pendekeza | 추천하다 |
| budi | 대안, 대체물 |
| ila | ~를 제외하고, ~이외에는 |

## Sarufi

### ✓ 선행사가 목적어인 관계구문

**1. 관계절의 선행사가 동사의 목적어인 경우, 동사복합체에 관계접사와 함께 목적어(선행사)를 한정하는 목적격전철이 올 수 있다.**

Barua niliyoiandika jana imepelekwa Tanzania.

내가 어제 쓴 편지가 탄자니아로 보내졌다.

Kioo ulichokivunja kilikuwa kikubwa.

네가 깬 거울은 매우 컸다.

Ujumbe atakaoupeleka kwa watu ni muhimu sana.

그가 사람들에게 보낼 메시지는 매우 중요하다.

**2. 시제가 없는 일반 관계구문이나 {amba-} 관계구문에서도 선행사가 목적어인 경우, 목적격전철이 올 수 있다.**

Mama anapika chakula ukipendacho.

어머니는 네가 좋아하는 음식을 요리하고 계신다.

Hatua aichukuayo ni kali sana.

그가 취한 조치는 매우 가혹했다.

Jambo ambalo ungeweza kulifanya halikufanyika jana.

네가 할 수도 있는 일이 어제는 행해지지 않았다.

## Mazungumzo 2

**> 대화문 설명: 이번 주말에 외국인 학생을 위한 파티를 기숙사에서 개최하려는 Asha는 민수와 파티 준비에 관한 대화를 나눈다.**

Asha　Ijumaa wiki hii, tutakuwa na karamu ndogo. Utakuja?
Minsu　Bila shaka. Itafanyika wapi?
Asha　Itakuwa katika bweni ambalo wanafunzi wa kigeni wanaishi.
Minsu　Watu wangapi watahudhuria?
Asha　Si wengi sana. Kama wanane hivi. Mimi nitatayarisha vyakula na vinywaji vyote kwa karamu hiyo.
Minsu　Ala! Hii ndiyo sababu umenileta hapa dukani? Sawa nitakusaidia kununua vitu.
Asha　Asante! Unapenda chakula gani? Ninaweza kutayarisha chakula ukipendacho.
Minsu　Napenda pilau. Viungo gani vinahitajika kwa pilau?
Asha　Hebu nunua kilo mbili za mchele, kilo moja ya nyama ya ng'ombe, viazi vitano na vitunguu vitatu. Aha! Usisahau nyanya tano pia.
Minsu　Ngoja kidogo. Siwezi kukumbuka bidhaa hizo zote. Sema tena nitaziandika.
Asha　Sawa. Na tafadhali nunua vinywaji vya aina mbalimbali pia.
Minsu　Haya. Hakuna shida!

## Msamiati

| | |
|---|---|
| Ijumaa | 금요일 |
| karamu | 축제, 잔치, 파티 |
| -fanyika | 행해지다 ('-fanya'의 상태형) |
| kigeni | 외국풍의, 외국어의 |
| -hudhuria | 참석하다, 출석하다, 참여하다 |
| mchele | 쌀 (복수 michele) |
| vitunguu | 양파 (단수 kitunguu) |
| nyanya | 토마토 |

## Sarufi

### ✓ {ndi-} 강조계사

**1. {ndi-}는 주어의 명사 부류에 호응하는 관계접사와 함께 쓰이며, '바로 ~이다'의 의미를 표현한다.**

Huyu ndiye mwizi mwenyewe. 이 사람이 바로 도둑이다.

Kitabu kile ndicho kibovu. 바로 저 책이 나쁘다.

Embe hili ndilo bovu. 바로 이 망고가 썩었다.

Hapa ndipo anapolala. 여기가 바로 그가 자는 곳이다.

**2. 강조계사의 부정은 {ndi-} 대신에 관계접사와 결합한 부정 형태소 {si-}를 사용한다.**

Yule siye msafiri. 저 사람은 여행자가 아니다.

Ile siyo mitungi yangu. 저것들은 내 물통들이 아니다.

Ule sio mtungi wangu. 저것은 내 물통이 아니다.

## Zoezi la kusoma

케냐 나이로비의 기콤바 시장

### Soko la Gikomba

Soko la Gikomba ni soko kubwa sana lililomo jijini Nairobi nchini Kenya. Watu wanafanya biashara za aina zote huku wakiuza bidhaa za mahitaji muhimu ya kila siku. Historia ya soko hili ilianza tangu enzi za ukoloni wa Uingereza. Mwanzoni wauzaji wengi walikuwa Wahindi na wateja wengi walikuwa Waafrika katika soko hili. Lakini siku hizi wauzaji na wateja karibu wote ni Waafrika.

Soko hili halina jengo la kudumu, yaani ni soko la wazi. Kwa kawaida wauzaji wanauza bidhaa zao katika vibanda ambavyo wamejenga. Wauzaji hawa ni wafanyabiashara ndogondogo Kwa hivyo soko hili linatoa kazi kwa maelfu ya watu. Watu maskini ambao hawana pesa nyingi za mtaji wanaweza kuanza biashara zao katika soko hili. Wauzaji wengi wafanyabiashara za mitumba, yaani nguo zilizotumiwa.

Katika miaka michache ya hivi karibuni, soko hilo limekabiliwa na mfululizo wa majanga ya moto, ingawa serikali iliwahakikishia wananchi matukio kama hayo yatadhibitiwa. Mnamo mwaka wa elfu mbili na kumi na nane moto ulizuka sokoni humo mara mbili na kuviteketeza vibanda vingi. Kwa sasa serikali inajenga majengo rasmi ya soko ili kukabiliana na hali hiyo.

## Msamiati

| | |
|---|---|
| mahitaji | 필수품 |
| enzi | 권력, 지배, 통치 |
| ukoloni | 식민주의, 식민통치 |
| wauzaji | 상인, 판매자 (단수 mwuzaji) |
| wateja | 고객, 손님 (단수 mteja) |
| jengo | 건물 (복수 majengo) |
| -dumu | 계속되다, 지속되다, |
| wazi | 활짝 열린, 명백한 |
| vibanda | 가건물, 헛간 (단수 kibanda) |
| mtaji | 자본 |
| mitumba | 더미, 중고 의류 |
| -kabiliwa | 직면하게 되다 ('-kabili'(직면하다)의 수동형) |
| mfululizo | 연속, 계속됨 |
| majanga | 위기, 재난 (단수 janga) |
| serikali | 정부 |
| -hakikisha | 확실히 하다, 확증하다, 확인하다 |
| wananchi | 국민 (단수 mwananchi) |
| -dhibitiwa | 관리되다, 조절되다 ('-dhibiti'(관리하다, 보호하다)의 수동형) |
| mnamo | ~시기에, ~때에; 약, 대략 |
| -zuka | 발생하다, 나타나다 |
| -teketeza | 파괴하다, 망가뜨리다 |
| rasmi | 공식적인, 공적인 |
| -kabiliana | 처리하다, 관여하다 |

## Maswali

### 1-3. Chagua jibu lifaalo.

**1.**

A: Baba yako anafanya kazi gani?
B: Anafundisha shuleni. Yeye ______ mwalimu wa mwana wako.

① ndio
② ndiye
③ ndicho
④ ndiyo

**2.**

A: Ulitaka chakula cha aina gani?
B: Nilitaka chakula ______ mama yangu.

① kilichopika
② alipika
③ kiliyepika
④ alichokipika

**3.**

A: Kitanda gani ni changu?
B: Kikubwa ______ chako.

① ndio
② ndiye
③ ndicho
④ ndiyo

## 4. Soma tangazo na uchague ufafanuzi usio sahihi.

**Tangazo muhimu!**

Hebu tutafute magari yaliyotumiwa. Nunua gari lenye ubora kwa bei nafuu. Tumepunguza bei za magari zaidi ya mia nane wiki hii. Anza utafutaji wako kwenye tovuti yetu. Chagua gari linalokufaa.

Unaweza kuwasiliana nasi kupitia nambari hii ya simu 0987-987654.

① Hili ni tangazo la magari yasiyo mapya.
② Mnunuzi hawezi kuwasiliana na mwuzaji huyu kwa simu.
③ Mnunuzi anaweza kuchagua gari atakalo kwenye tovuti.
④ Mwuzaji anawajulisha wanunuzi kuhusu upunguzwaji wa bei za magari.

## 5-6. Soma kifungu na uchague ufafanuzi sahihi.

### 5.

Siku hizi watu wengi wana tatizo la kununua bidhaa zinazohitajika wakati wa janga. Bidhaa kama vile mikate, vyakula vya mikebe, maji, karatasi ya choo n. k. hazipatikani kwa urahisi dukani. Wanapopata fursa, watu wananunua bidhaa hizi kwa wingi kupita kiasi.

① Bidhaa kama maji na mikate hazihitajiki wakati wa janga.
② Baadhi ya watu wanaweza kutatua tatizo la kukosekana kwa bidhaa siku hizi.
③ Siku hizi watu wengi wanataka kununua bidhaa zinazohitajika wakati wa janga.
④ Hata wakati wa salama, bidhaa hizo hazipatikani kwa urahisi dukani.

### 6.

Nilikwenda kwa duka la dawa ili kumnunulia dawa binti yangu aliyekuwa na homa kidogo. Niliweza kununua dawa fulani za homa bila agizo la daktari. Kama dawa hizo hazifanyi kazi, ni bora nimpeleke kwenye kliniki.

① Nilikwenda kwa duka la dawa, kwa sababu daktari alikataa kuniandikia dawa.
② Ni lazima niwe na agizo la daktari, ninunuapo dawa za homa.
③ Binti yangu asipopona baada ya kunywa dawa, nitampeleka kwenye kliniki.
④ Sikuweza kufika kwenye duka la dawa, kwa sababu nilikuwa na homa.

## 7-8. Soma kifungu hiki na ufuate maagizo.

Siku hizi vijana wengi nchini hawataki kuoana kwa sababu mbalimbali. Kwanza, hali ya kiuchumi haiwawezeshi kufunga ndoa. Nafasi za kazi katika sekta nyingi zimezidi kupunguka, kwa hivyo si rahisi kupata kazi zinazodumu kwa muda mrefu. ______ lazima maharusi wawe na nyumba ya kuishi baada ya ndoa. Lakini siku hizi bei ya kununua au kukodisha nyumba ni ghali sana.

**7.** Jaza nafasi iliyoachwa wazi ili kukamilisha sentensi.

① Kwa kawaida
② Kwa nini
③ Karibu na
④ Badala ya

**8.** Chagua ufafanuzi sahihi.

① Bwana arusi anajaribu kubadilisha desturi za sherehe za arusi.
② Vijana wengi hawawezi kufunga ndoa kwa sababu ya hali ya kiuchumi.
③ Vijana wa siku hizi hawataki kununua au kukodisha nyumba baada ya ndoa.
④ Idadi ya ajira inaongezeka mwaka hadi mwaka kwa sababu ya kazi zinazodumu.

Somo la Nane

# 08 Tunapenda treni mpya.

## 우리는 새 기차를 좋아해요.

학습목표

1. 상대방과 여행 계획 및 일정 수립에 관한 내용을 상의할 수 있다.
2. 교통편 및 숙소 예약에 필요한 표현을 익힌다.
3. 비인칭 주어로 사용되는 n부류 단수 주격전철 {i-}의 용법을 이해할 수 있다.

핵심표현

1. **Mtasafiri Mombasa kwa njia gani?**
   너희는 몸바사에 어떻게 갈 거니?
2. **Tungependa kujaribu treni mpya.**
   우리는 새 기차를 타보면 좋겠어.
3. **Je, uliweza kuhifadhi vyumba vya malazi?**
   너는 숙소 예약을 할 수 있었니?

## Mazungumzo 1

나이로비역에 정차한 케냐의 열차

**대화문 설명: 민수는 Asha를 만나 곧 다가오는 방학 동안의 여행 계획에 관해 이야기를 나눈다.**

Asha Utafanya nini wakati wa likizo?
Minsu Ningependa kwenda pwani mwa Kenya. Nilipanga safari hiyo muda mrefu uliopita.
Asha Vyema. Utakwenda peke yako au pamoja na rafiki yako?
Minsu Kundi letu lina watu wanne. Wote ni wanafunzi wa kutembelea.
Asha Kwanza mtatembelea mji gani huko pwani?
Minsu Kwanza ni Mombasa. Kutoka huko tutasafiri kuelekea upande wa kaskazini.
Asha Mtasafiri Mombasa kwa njia gani? Ndege, basi au treni?
Minsu Tungependa kujaribu treni mpya. Zinakwenda Mombasa mara ngapi kila siku?
Asha Mara mbili. Kuna treni ya asubuhi na ya mchana.
Minsu Itachukua masaa mangapi?
Asha Treni ya asuhuhi inachukua masaa sita, na ya mchana inachukua masaa matano.
Minsu Kwa nini kuna tofauti katika muda wa usafiri kati yao?
Asha Treni ya asubuhi inasimama kila stesheni, kwa hivyo inachukua muda wa saa moja zaidi.

## Msamiati

| | |
|---|---|
| pwani | 해안, 바닷가 |
| kundi | 모임, 집단, 그룹 (복수 makundi) |
| treni | 기차, 열차 |
| -jaribu | 시도하다, 노력하다 |
| usafiri | 여행, 운행, 교통 |
| kati | 사이, 가운데 |
| -simama | 서다, 일어나다, 멈추다 |
| stesheni | 정거장, 기차역 |

## Sarufi

### ✓ 비인칭 주어 {i-}

**1. n부류 단수의 주격전철 {i-}는 비인칭 주어 구문의 형식적 주어 역할을 할 수 있다.**

Inafaa kwenda shule mapema.

학교에 일찍 가는 것이 좋다.

Inaeleweka kwamba wanafunzi hawawezi kusoma kitabu hiki.

학생들이 이 책을 읽지 못하는 것으로 파악된다.

Inawezekana kwenda Lamu kwa ndege.

라무에 비행기로 가는 것이 가능하다.

**2. 비인칭 주어 구문의 부정에는 n부류 단수의 부정주격전철 {hai-}가 사용된다.**

Haiwezekani kuelewa Kiswahili bila masomo.

공부를 하지 않고 스와힐리어를 이해하는 것은 불가능하다.

Haijulikani kama Juma ndiye aliyekula chakula changu cha mchana.

주마가 바로 내 점심을 먹은 사람이라는 것이 알려지지 않았다.

## Mazungumzo 2

**대화문 설명: 방학 기간에 여행을 계획하고 있는 아진과 민수는 교통편 및 숙소 예약에 관해 이야기를 나눈다.**

| | |
|---|---|
| Ajin | Tumenunua tikiti za treni ya kwenda Mombasa? |
| Minsu | Bado. Tunahitaji kufanya uhifadhi wa tikiti mapema hivi? |
| Ajin | Ndiyo, bwana. Watu wengi wanataka kwenda Mombasa kwa treni mpya. Hatutaweza kupata viti bila uhifadhi. |
| Minsu | Nitaingia kwenye tovuti yao sasa hivi. Tutalipa kwa njia gani? |
| Ajin | Unaweza kulipa kwa kutumia huduma ya M-Pesa. Unaweza kulipa nauli zetu zote, kisha tutagawanya gharama baadaye. |
| Minsu | Nitafanya utakavyo. Na tutalala wapi mjini Mombasa? Je, uliweza kuhifadhi vyumba vya malazi? |
| Ajin | Ndiyo. Nilikodisha nyumba ya likizo karibu na ufukwe wa Bamburi kwa muda wa wiki moja. |
| Minsu | Nilifikiri tutalala katika hoteli fulani. Uliwezaje kukodisha nyumba nzima? Unajua mwenye nyumba hii? |
| Ajin | Hapana. Nilitumia tovuti ya Airbnb. Tena bei yake si ghali sana. |
| Minsu | Vyema. Nyumba hii iko karibu na stesheni ya treni? |
| Ajin | Stesheni ya treni mjini Mombasa iko eneo la Miritini. Si mbali sana na ufukwe wa Bamburi, lakini itachukua muda wa saa moja hivi kwa sababu ya msongamano wa magari. |
| Minsu | Labda tutaweza kutumia Uber, tutakapofika stesheni ya treni. |
| Ajin | Bila shaka. Uber ni rahisi kuliko teksi. Zaidi ya hayo tunaweza kuita gari kubwa, maana tutakuwa na mizigo mingi. |

## Msamiati

| | |
|---|---|
| nafasi | 자리, 여유 |
| uhifadhi | 예약, 보호 |
| ufukwe | 바닷가, 해변, 비치 (복수 fukwe) |
| tovuti | 웹사이트 |
| -lipa | 지불하다, 값을 치르다 |
| -gawanya | 나누다, 분배하다 |
| fulani | 어떤, 무슨 |
| -kodisha | 임대하다, 빌리다 |
| msongamano | 정체, 체증 (복수 misongamano) |

## Sarufi

### ✓ 방법·양상의 관계구문

**1. 방법·양상의 의미를 나타내는 관계구문에는 관계접사 {-vyo-}가 사용된다. 이때 '방법, 종류'를 의미하는 'jinsi,' 'namna' 등의 선행사는 보통 생략된다.**

Sielewi anavyopika. 나는 그가 요리하는 방식을 이해하지 못하겠다.

Fanya nilivyokwambia. 내가 너에게 말했던 대로 해라.

Ataendelea na kazi kama atakavyoelekezwa. 그는 자기가 받을 지시에 따라 일을 진행할 것이다.

**2. 방법·양상의 관계접사 {-vyo-}는 {amba-} 관계구문이나 시제가 없는 일반 관계구문에서도 사용될 수 있다.**

Sema asemavyo.
그가 말한 대로 말해라.

Kama ujuavyo, kila kitu kina mwisho.
네가 알다시피, 모든 것에는 끝이 있다.

Hakupita mtihani jinsi ambavyo kaka yake alipita.
그는 자기 형이 통과했던 식으로 시험을 통과하지 못했다.

## Zoezi la kusoma

케냐 몸바사의 기차역

### Huduma ya Treni mpya nchini Kenya

Tangu uzinduzi wa Madaraka Express mwaka elfu mbili na kumi na saba, watu wengi wamesafiri kwenye treni hiyo. Msisimko unazidi kuongezeka kiasi cha watu kukosa kununua tikiti kutokana na idadi kubwa ya watu wanaotaka kusafiri. Karibu abiria wote wanapendezwa na utulivu na mwendo wa treni. Isitoshe, usafi na huduma zinazotolewa mle zinawafanya wasafiri wengi kupuuzilia mbali changamoto za hapa na pale ambazo zinakabili usafiri wa treni mpya. Vilevile Wakenya wanafurahia huduma za treni hiyo mpya kwa kuwa imepunguza muda wa usafiri. Treni za zamani zilichukua masaa kumi na matatu hivi baina ya Nairobi na Mombasa. Ujenzi wa reli kwa kiwango cha kimataifa umenufaishwa na mkopo wa dola zaidi ya bilioni tatu kutoka kwa serikali ya Uchina. Jambo lingine la kufurahisha ni kwamba treni mpya imewapa ajira Wakenya. Kwa mfano, wahudumu wengi wameajiriwa ili kuwahudumia abiria.

Kwa sasa kuna treni mbili za kwenda Mombasa kila siku. Lakini watu wengi wanaomba treni zingine kama mbili ziongezwe ili watu zaidi waweze kupata fursa ya kutumia treni hiyo mpya. Na abiria wengine, hasa wa daraja la kwanza wanataka huduma bora. Wanasema vyakula na vitafunio vinavyouzwa katika treni ni ghali sana. Abiria wengi wa daraja la pili hawapendi viti vya kuangaliana. Wanahisi usumbufu mdogo wakati wanapolazimika kuangaliana na abiria wageni.

## Msamiati

| | |
|---|---|
| uzinduzi | 개시, 발진, 개통 |
| madaraka | 권력, 책임, 통치 |
| msisimko | 흥분, 설렘 |
| kiasi | 정도, 가치 |
| -pendezwa | 좋아하게 되다 ('-penda'의 사역수동형) |
| utulivu | 조용함, 침착함, 평온함 |
| -puuzilia | 무시하다, 부정하다('-puuza'(무시하다, 거부하다)의 이중지향형) |
| changamoto | 도전, 시험대 |
| ujenzi | 건설 |
| kiwango | 단계, 수준, 수량 (복수 viwango) |
| kimataifa | 국제적인, 세계적인 |
| -nufaishwa | 이익을 얻다, 도움을 받다 |
| mkopo | 차관, 대출 (복수 mikopo) |
| ajira | 고용, 일자리 |
| wahudumu | 종업원, 승무원(단수 mhudumu) |
| fursa | 기회, 경우 |
| daraja | 단계, 정도, 다리 (복수 madaraja) |
| vitafunio | 스낵, 군것질거리 (단수 kitafunio) |
| usumbufu | 방해, 짜증 나게 함 |

## Maswali

### 1-3. Chagua jibu lifaalo.

**1.**

A: Hali ya hewa ya kesho itakuwa mbaya?
B: Babu aliniambia kwamba ______ kesho asubuhi.

① atanyesha
② zitanyesha
③ itanyesha
④ utanyesha

**2.**

A: Janga la virusi vya Korona litakwisha lini?
B: Kama ______, kila kitu kina mwisho.

① ujuacho
② ujuavyo
③ unajuavyo
④ uvyojua

**3.**

A: Sijui kama nifanye nini kazini kesho.
B: Usiwe na wasiwasi. Fanya ______!

① niyosema
② nisemavyo
③ nilisemavyo
④ nisema

## 4. Soma tangazo na uchague ufafanuzi usio sahihi.

**Safari ya Kwenda Mbuga ya Kitaifa ya Nakuru!**

**Kuondoka:** Alhamisi, tarehe 22 Mei, Saa moja asubuhi
**Kurudi:** Ijumaa, tarehe 23 Mei, Saa moja jioni
**Mahali pa kukutana:** Mbele ya Kenkom House, Nairobi
**Hoteli:** Nakuru Serena Lodge
**Gharama:** KSH 120,000
**Swali:** 0720-123-456

① Wasafiri watakwenda Mbuga ya Kitaifa ya Nakuru.
② Wasafiri watarudi Nairobi Ijumaa jioni.
③ Wasafiri watalala katika hoteli iliyoko Nakuru.
④ Wasafiri watakutana mjini Nakuru watakapoanza safari.

## 5-6. Soma kifungu na uchague ufafanuzi sahihi.

### 5.

Baba yangu anafanya biashara ya kuuza magari yaliyotumiwa. Mara kwa mara anakwenda nchi za kigeni ili kununua magari. Kila anapokwenda katika nchi za kigeni, ananinunulia zawadi.

① Baba yake anakwenda nchi za kigeni ili kununua zawadi.
② Baba yake anauza magari mapya.
③ Kila anapokwenda katika nchi za kigeni, anatumia gari lake.
④ Baba yake ni mfanyabiashara.

### 6.

Katika muda wa miaka kumi ijayo hivi, usafiri wa ndege katika Asia Mashariki utaongezeka. Idadi ya watu wanaosafiri kwa ndege itakuwa kubwa zaidi, yaani watu wengi zaidi watatumia ndege. Kwa sababu kuna kampuni za ndege za gharama nafuu, nauli ya ndege itapungua kwa kiasi kikubwa.

① Idadi ya watu wanaosafiri kwa ndege itapungua kwa kiasi kikubwa.
② Watu hawapendi kusafiri kwa ndege kwa sababu ya woga wa urefu.
③ Kampuni za ndege za gharama nafuu zina matatizo mengi.
④ Wakati ujao watu wanaweza kutumia ndege kwa bei nafuu.

## 7-8. Soma kifungu hiki na ufuate maagizo.

Watu wa vijijini wanapenda redio zaidi kuliko runinga. Kwa kawaida upokeaji wa mawimbi ya runinga ni mbaya katika vijiji vilivyoko mbali na mijini. ______ mawimbi ya setelaiti yanapatikana vijijini, gharama za kuweka vyombo vya setelaiti ni ghali sana. Watu wa vijijini wanasikiliza muziki na hadithi za kusisimua kupitia redio huku wakifanya kazi za mashambani au nyumbani.

**7.** Jaza nafasi iliyoachwa wazi ili kukamilisha sentensi.

① Badala ya
② Mbona
③ Ingawa
④ Laiti

**8.** Chagua ufafanuzi sahihi.

① Watu wa vijijini hawapendi runinga kwa sababu ya setelaiti.
② Upokeaji wa mawimbi ya redio ni bora kuliko ya runinga vijijini.
③ Watu wa vijijini hawasikilizi redio wanapofanya kazi.
④ Watu wa mjini hawawezi kuweka vyombo vya setelaiti.

# Stesheni iko wapi?

## 정류장은 어디에 있습니까?

1. 여행지에서 식당 및 쇼핑 관련 정보를 얻는 데 필요한 표현을 익힌다.
2. 상대방에게 다양한 교통편을 이용하여 목적지에 가는 방법을 설명할 수 있다.
3. 연속되는 행위를 표현하는 {-ka-}의 쓰임을 이해할 수 있다.

핵심표현

1. **Stesheni ya matatu iko wapi?**
   마타투 정류장은 어디에 있습니까?
2. **Unaweza kwenda kwa kituo cha biashara cha Nyali.**
   당신은 냘리 쇼핑센터에 갈 수 있습니다.
3. **Nitaita gari la Uber kwa simu yangu.**
   내가 전화로 우버 차량을 호출할게.

## Mazungumzo 1

**> 대화문 설명: 몸바사에 도착한 아진의 일행은 에어비앤비 호스트인 Salim을 만나 앞으로 며칠간 머물 숙소의 주변 교통, 식당, 쇼핑 등에 대한 설명을 듣고 있다.**

Salim Karibuni Mombasa! Habari za safari?

Ajin Njema. Nafurahi kukuona. Tumefika salama, na tungependa utuonyeshe nyumba yako.

Salim Hakuna shida. Nyumba yangu iko karibu na ufukwe. Itachukua dakika kumi kwa miguu kutoka hapa njia kuu. Twende basi.

Ajin Sawa. Je, tukitaka kuingia kisiwani Mombasa kwa matatu, tutaweza kupata matatu hapa njiani? Stesheni ya matatu iko wapi?

Salim Ndiyo. Mnaweza kupanda matatu hapa. Stesheni iko kule juu kidogo, lakini kondakta wa matatu anaweza kusimamisha gari ili kubeba na kushukisha abiria njiani kokote katika eneo hili.

Ajin Kama tunataka kununua vyakula na bidhaa nyingine, kuna duka kubwa karibu hapa?

Salim Ndiyo. Mnaweza kwenda kwa kituo cha biashara cha Nyali. Kuna maduka makubwa kule kama vile Naivas na Shoprite. Itachukua dakika kumi na tano hivi kwa gari.

Ajin Hakuna duka ambalo tunaweza kwenda kwa miguu?

Salim Kuna maduka madogo machache karibu na nyumba yangu. Unaweza kununua vyakula na mahitaji ya kawaida.

Ajin Sawa tu. Pia nafikiri tunaweza kutafuta migahawa kwa urahisi.

Salim Bila shaka. Kuna migahawa mizuri mingi.

Ajin Unaweza kutupendekezea mmoja unaopenda?

Salim Napenda mgahawa wa Kiitaliano ndani ya Bamburi Beach Hotel. Aha! Tumefika nyumbani kwangu. Huu ndio ufunguo wako. Tuingie nikakuonyeshe nyumba hii.

## Msamiati

| | |
|---|---|
| kisiwa | 섬 (복수 visiwa) |
| matatu | 마타투 (케냐에서 대중교통으로 이용되는 미니버스) |
| kondakta | 차장 |
| -beba | (짐을) 지다, (승객을) 태우다 |
| -shukisha | (승객을) 내려주다 ('-shuka'(내리다)의 사역형) |
| kituo | 정류장, 센터, 주둔지 (복수 vituo) |
| urahisi | 쉬움, 용이함 |
| Kiitaliano | 이탈리아어, 이탈리아식의, 이탈리아풍의 |
| ufunguo | 열쇠 (복수 funguo) |

## Sarufi

### ✓ {-ka-} 계속상

**1. {-ka-}는 앞선 행위에 연속해서 벌어지는 행위를 표현할 때 쓰이며, 이때 앞선 시제를 대용한다.**

Nilikwenda dukani nikanunua maembe mengi.

나는 상점에 가서, 많은 망고를 샀다.

Tulimtafuta hapa na pale tukampata.

우리는 여기저기 그를 찾았으며, 그를 발견했다.

Nilikwenda nyumbani kwake nikala chakula.

나는 그의 집에 가서 음식을 먹었다.

**2. {-ka-}는 시제나 상이 쓰이지 않는 명령문이나 가상법 문장에서도 연속적 행위를 표현하기 위해 사용될 수 있다.**

| | |
|---|---|
| Twende tukamwambie! | 가서 그에게 말하자! |
| Uende ukanunue chakula! | 가서 음식을 사 와라! |

**3. {ka-}는 신문과 같은 대중매체 기사의 제목에서도 쓰이는데, 이때는 주격전철이 생략된다.**

| | |
|---|---|
| Waziri kafa! | 장관 사망하다 |
| Mwizi kakamatwa! | 도둑 체포되다 |

## Mazungumzo 2

케냐 몸바사의 포트지저스 박물관

**대화문 설명: 몸바사에 여행 온 한국인 대학생 아진과 민수는 포트지저스 박물관 방문에 관해 상의하고 있다.**

Minsu Tangu tulipofika hapa, tumepumzika sana katika ufukwe wa Bamburi.

Ajin Ni kweli. Pengine unataka kwenda mahali kwingine.

Minsu Haya. Tutembelee vivutio vya utalii mjini Mombasa.

Ajin Tunaweza kutembelea Ngome ya Yesu. Labda umewahi kusikia kuhusu ngome hii wakati wa darasa la historia ya Afrika Mashariki.

Minsu Najua kwamba Ngome ya Yesu ilijengwa na Wareno miaka mia kadhaa iliyopita.

Ajin Ndiyo. Twende Ngomeni kesho asubuhi.

Minsu Vyema. Tutakwenda kwa njia gani? Matatu au Uber.

Ajin Tukipanda matatu, tutashuka stesheni ya GPO na kwenda kwa miguu kwa muda wa dakika ishirini hivi.

Minsu Kutembea chini ya jua kali ni kazi ngumu sana. Uber itatugharimu pesa ngapi?

Ajin Shilingi mia tano ama sita hivi. Nauli ya matatu kutoka hapa Bamburi hadi GPO ni karibu shilingi mia moja. Hakuna tofauti kubwa ya pesa baina ya Uber na matatu, maana sisi ni wanne.

Minsu Basi twende kwa Uber. Gari litatufikisha kwenye lango la Ngome ya Yesu.

Ajin Hakuna shida. Baada ya kula kifungua kinywa kesho, nitaita gari la Uber kwa simu yangu ya mkononi.

## Msamiati

| | |
|---|---|
| pengine | 아마도, 어쩌면 |
| vivutio | 명소 (단수 kivutio) |
| utalii | 투어, 관광 |
| ngome | 요새, 성곽 |
| Wareno | 포르투갈인 (단수 Mreno) |
| kadhaa | 몇몇의 |
| -kali | 날카로운, 사나운, 용맹한 |
| -gharimu | 비용이 들다 |
| nauli | 요금 |
| -fikisha | 도달하게 하다 ('-fika'의 사역형) |
| lango | 게이트, 정문, 대문 (복수 malango) |
| kifungua kinywa | 아침 식사 |

## Sarufi

### ✓ 전치사

### 1. 시간을 나타내는 전치사

Tangu alipokuja, siku tatu zimepita. 그가 온 지 삼 일이 되었다.

Nitaendelea kufanya kazi mpaka jioni. 나는 저녁때까지 일을 계속하겠다.

Tulimtafuta mbwa kutoka asubuhi hadi usiku. 우리는 아침부터 밤까지 개를 찾았다.

### 2. 장소를 나타내는 전치사

Nilinunua kikombe kutoka Ufaransa 나는 프랑스에서 컵을 샀다.

Umezitoa nguo katika sanduku? 너는 상자에서 옷을 꺼냈느냐?

Mara kwa mara anakwenda kwa daktari. 때때로 그는 의사에게 간다.

### 3. 관계를 나타내는 전치사

Walifunga safari bila pasipoti. 그들은 여권 없이 여행을 떠났다.

Alilipa ada yake kwa pesa za baba yake. 그는 아버지의 돈으로 등록금을 지불했다.

## Zoezi la kusoma

케냐 몸바사 올드타운

### Kutembelea mji wa Mombasa

Mombasa ni mji wa pili kwa ukubwa nchini Kenya, na una bandari muhimu sana katika Afrika Mashariki. Kisiwa cha Mombasa kiko kwenye mwambao wa Bahari Hindi. Takriban watu milioni moja wanaishi ndani ya mji huu. Kuna daraja mbili mjini Mombasa. Daraja ya Nyali inaunganisha kisiwa cha Mombasa na bara kwa upande wa kaskazini, na daraja ya Makupa inaunganisha kwa upande wa magharibi. Watu pia wanaweza kuvuka bahari kutoka kusini mwa mji huu kwa kutumia feri katika kivuko cha Likoni.

Mombasa ni kitovu cha usafiri wa bahari katika Afrika Mashariki. Waliotawala mji huo waliweza kusimamia biashara za kimataifa katika Bahari Hindi. Wareno, Waarabu na Waingereza walipigana ili kunyakua utawala wa kisiwa hiki. Wareno walijenga Ngome ya Yesu mwaka elfu moja mia tano tisini na tatu. Kwao, Mombasa kilikuwa kituo muhimu kwenye njia ya mawasiliano kati ya Ureno na Bara Hindi. Jahazi zilizoondoka Ureno zilipita Afrika Kusini zikapumzika kidogo Msumbiji, na ziliendelea kupitia Mombasa na kuvuka Bahari Hindi hadi mji wa Goa katika Bara Hindi. Ngome ya Yesu inatazama lango la bandari ya kale, kwa sababu ilijengwa ili kulinda bandari hiyo. Hata kwa sasa bandari ya Mombasa ni kubwa zaidi kuliko zote katika Afrika Mashariki. Bandari ya kale iko upande wa mashariki mwa kisiwa, lakini bandari ya kisasa iko upande wa magharibi katika eneo liitwalo Kilindini.

Pamoja na bandari, uchumi wa Mombasa unategemea utalii. Watalii wengi hutembelea mji wa Mombasa. Kuna fukwe za Nyali na Bamburi upande wa kaskazini mwa mji huo, na ufukwe wa Diani uko upande wa kusini. Mfululizo wa hoteli za kifahari unapatikana kwenye hizo fukwe za Mombasa.

## Msamiati

| | |
|---|---|
| ukubwa | 크기, 규모, 큼 |
| bandari | 항구, 항만 |
| mwambao | 해안, 해변 |
| Bahari Hindi | 인도양 |
| takriban | 대략, 거의 |
| milioni | 백만 |
| -unganisha | 연결하다, 연계하다 |
| -vuka | (강, 바다를) 건너다 |
| feri | 페리선 |
| kivuko | 횡단 지점 (복수 vivuko) |
| kitovu | 허브, 중심 (복수 vitovu) |
| -tawala | 통치하다, 다스리다 |
| -simamia | 감독하다, 관장하다 |
| -nyakua | 쟁취하다, 빼앗다 |
| Waarabu | 아랍인 (단수 Mwarabu) |
| Waingereza | 영국인 (단수 Mwingereza) |
| utawala | 통치, 치세, 행정 |
| mawasiliano | 교류, 의사소통, 커뮤니케이션 |
| Ureno | 포르투갈 |
| jahazi | 배, 상선 |
| Msumbiji | 모잠비크 |
| kisasa | 현대의, 최신의 |

## Maswali

### 1-3. Chagua jibu lifaalo.

**1.**

A: Alifanya nini baada ya kurudi nyumbani?
B: Alipumzika kidogo halafu ______ kazi yake.

① ataanza
② ameanza
③ akaanza
④ alianza

**2.**

A: Una mpango wa wikiendi hii?
B: Ndiyo, twende mjini Nairobi ______ rafiki yetu.

① tukitembelee
② tutatembelee
③ tunatembelee
④ tukatembelee

**3.**

A: Uliweka kitabu chako wapi?
B: Nilikiweka ______ ya meza.

① juu
② baada
③ kabla
④ badala

## 4. Soma tangazo na uchague ufafanuzi usio sahihi.

**Safiri na Mombasa Air!**

Gundua uzuri wa safari kwa ndege! Unaweza kukata tikiti za bei nafuu za Mombasa Air. Kila siku ndege tatu zinasafiri kutoka Nairobi hadi Mombasa. Kwa bei ya kuanzia Ksh 6,800, Mombasa Air itakupeleka kwa haraka na kwa raha mustarehe. Mombasa Air itafanya safari yako kuwa nzuri na ya kukumbukwa.

① Tangazo hili limetengenezwa na kampuni ya ndege ya gharama nafuu.
② Mtu anayetaka kusafiri Mombasa kwa ndege hataki tangazo kama hili.
③ Nauli ya chini kabisa ya ndege hiyo ni Ksh 6,800.
④ Kulingana na tangazo hili ndege tatu zinasafiri kutoka Nairobi hadi Mombasa kila siku.

## 5-6. Chagua wazo kuu la kifungu hiki.

### 5.

Familia yangu inapenda kwenda kambi katika mahali pa kupendeza. Wikiendi iliyopita tulikwenda kambi katika Chemchemi ya Fedha. Watoto waliogelea bwawani, na tulikula nyama choma tamu huko kambini.

① Wakati wa mapumziko, familia yangu inakwenda kambi ili kujiburudisha.
② Kuchoma nyama katika kambi hakuruhusiwi.
③ Kuogelea bwawani ni hatari sana.
④ Siku hizi ni vigumu kutafuta mahali pa kupendeza.

### 6.

Safari ya ndege kutoka Nairobi hadi Mombasa inachukua dakika arobaini hivi. Na treni inachukua masaa matano hivi. Watu wengi wanatumia treni, kwa sababu nauli yake ni rahisi kuliko ndege.

① Mara kwa mara treni inakwenda upesi kuliko ndege.
② Watu wanaosafiri kwa treni wanalipa nauli kubwa zaidi kuliko ndege.
③ Watu wengi wanatumia treni wanaposafiri kutoka Nairobi hadi Mombasa.
④ Abiria wa ndege wanaweza kuchukua mizigo mitano hivi.

## 7-8. Soma kifungu hiki na ufuate maagizo.

Unaweza kujifunza jinsi ya kutengeneza tangazo la kuweka mtandaoni kwa urahisi ndani ya dakika tano hivi. Tangazo zuri linawavutia wateja wengi zaidi kwa biashara yako. Kuna maelezo magumu mengi ambayo huwezi kuelewa, ________ maelezo yangu yatakwenda taratibu sawasawa na uelewa wako. Ukitaka kujifunza jinsi hiyo, tafadhali angalia maelezo yafuatayo ili uelewe vizuri zaidi.

**7.** Jaza nafasi iliyoachwa wazi ili kukamilisha sentensi.

① lakini
② maana
③ yaani
④ laiti

**8.** Chagua ufafanuzi sahihi.

① Mwandishi anajaribu kufundisha jinsi ya kutengeneza tangazo la kuweka mtandaoni.
② Mwandishi anasema kwamba maelezo yake ni magumu sana.
③ Wateja wengi hawataki kutazama matangazo mtandaoni.
④ Watu wengi wanatafuta matangazo mtandaoni kwa urahisi ndani ya dakika tano.

# Viza inapatikana kwenye tovuti.

비자는 웹사이트에서 받을 수 있어.

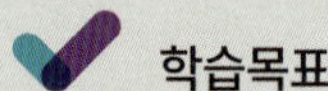

학습목표

1. 상대방과 해외여행을 준비하는 데 필요한 정보를 주고받을 수 있다.
2. 입국 심사에 필요한 단어와 표현을 익힌다.
3. 부사의 다양한 용례를 이해할 수 있다.

핵심표현

1. **Viza inapatikana kwenye tovuti.**
   비자는 웹사이트에서 받을 수 있어.
2. **Uliza swali lolote utakalo. Nitakujibu.**
   네가 원하는 어떤 질문이라도 해. 답변해줄게.
3. **Umekuja Kenya kwa sababu gani?**
   케냐에 무슨 이유로 오셨습니까?

## Mazungumzo 1

**> 대화문 설명: 다음 학기에 교환학생으로 케냐에 가고자 하는 지호는 현재 케냐에서 공부하고 있는 아진에게 전화를 걸어 궁금한 것을 물어본다.**

---

Jiho Habari za Kenya? Uko salama?

Ajin Nzuri tu. Na wewe je? Habari yako?

Jiho Hakuna neno. Sasa hivi ni saa ngapi huko? Hapa ni saa tano usiku.

Ajin Hapa ni saa kumi na moja jioni. Kuna tofauti ya masaa sita baina ya Korea na Kenya.

Jiho Sawa. Uko wapi? Nyumbani au chuoni?

Ajin Sasa niko nyumbani. Leo darasa lilimalizika mapema. Masomo yako ya Kiswahili yanaendelea vizuri?

Jiho Ninajaribu tu. Ningependa kusoma Kiswahili katika Chuo Kikuu cha Nairobi kama wewe.

Ajin Hili ni wazo zuri. Baada ya kumaliza semesta ya kwanza mwezi wa Juni huko nchini Korea, unaweza kujifunza Kiswahili hapa nchini Kenya kutoka mwezi wa Agosti.

Jiho Huu ndio mpango wangu hasa. Nitaomba unisaidie kidogo, maana nina kazi nyingi za kujitayarisha kuishi katika nchi ya kigeni.

Ajin Usiwe na wasiwasi. Nitakusaidia tu. Uliza swali lolote utakalo. Nitakujibu.

Jiho Nashukuru. Je, Wakorea wanahitaji viza, wakitaka kuingia Kenya?

Ajin Ndiyo. Unaweza kwenda kwa Ofisi ya Ubalozi wa Kenya jijini Seoul ili kupata viza. Siku hizi hata si lazima kutembelea Ofisi ya Ubalozi, kwa sababu viza ya Kenya inapatikana kwenye tovuti ya Idara ya Uhamiaji ya Kenya.

Jiho Wengine wanasema kwamba baada ya kufika Kenya mgeni anaweza kupata viza katika ofisi ya uhamiaji kwenye uwanja wa ndege.

Ajin Ni kweli. Lakini ukitaka kupita huduma ya uhamiaji haraka, ni vyema zaidi upate viza kabla ya kufika Kenya.

## Msamiati

| | |
|---|---|
| neno | 단어; 불만 (복수 maneno) |
| semesta | 학기 |
| balozi | 대사 (복수 mabalozi) |
| ubalozi | 대사직, 대사의 업무 |
| -patikana | 얻을 수 있다, 받을 수 있다 ('-pata'의 상태형) |
| uhamiaji | 이민, 이주, 출입국 관리 |

## Sarufi

### ✓ 부사

#### 1. 방법·양상의 의미를 나타내는 부사

Mwanafunzi ameondoka **kwa haraka.** 학생들은 황급히 떠났다.

Mwalimu wangu anafanya kazi **kabisa.** 나의 선생님은 열심히 일하신다.

Mchezaji yule anacheza mpira **kiufundi.** 저 선수는 능숙하게 공을 찬다.

Mtoto ameanguka majini **chubwi!** 아이는 물에 첨벙 빠졌다.

#### 2. 시간 부사

Meli kubwa iliondoka **zamani.** 큰 배는 오래전에 떠났다.

Alisoma kitabu **huku** akinywa chai. 그는 차를 마시며 책을 읽었다.

Ninatarajia kufika **mnamo** saa moja. 나는 대략 1시에 도착할 것으로 예상한다.

#### 3. 장소 부사

Mwalimu mkuu anaishi **hapa.** 교장 선생님은 여기에 사신다.

Msafara huo umeelekea **mashariki.** 그 무리는 동쪽을 향했다.

Mtoto amekwenda **mbali.** 아이가 멀리 가버렸다.

#### 4. 빈도·정도의 의미를 나타내는 부사

Mwanafunzi huyu **daima** anachelewa. 이 학생은 항상 늦는다.

Mjomba alizuru Ghana **mara kwa mara**. 외삼촌은 때때로 가나를 방문했다.

Mgonjwa anaumwa **sana**. 환자는 매우 아프다.

Kijana huyu anataka chakula **zaidi**. 저 청년은 음식을 더 원한다.

## Mazungumzo 2

**> 대화문 설명: 케냐 나이로비 공항에 막 도착한 지호는 이민국 카운터에서 입국심사를 받는다.**

| | |
|---|---|
| Jiho | Hujambo, afisa? Habari gani? |
| Afisa wa Uhamiaji | Sijambo. Njema tu. Ehee! Unaweza kusema Kiswahili vizuri. Nani alikufundisha Kiswahili? |
| Jiho | Profesa Park alinifundisha Kiswahili. Mimi ni mwanafunzi wa Idara ya Kiswahili katika Chuo Kikuu cha Masomo ya Kigeni cha Hankuk. |
| Afisa wa Uhamiaji | Vyema. Ulikuwa nchini Kenya zamani, au hii ni mara ya kwanza? |
| Jiho | Hii ni mara ya kwanza. |
| Afisa wa Uhamiaji | Umekuja Kenya kwa sababu gani? |
| Jiho | Nimekuja hapa ili kujifunza lugha ya Kiswahili katika Chuo Kikuu cha Nairobi. |
| Afisa wa Uhamiaji | Haya. Unaweza kunionyesha barua rasmi iliyoandikwa na Chuo Kikuu cha Nairobi. |
| Jiho | Iko hapa. Inasema kwamba mimi nimepata ruhusa ya kujiunga na chuo kikuu hicho. |
| Afisa wa Uhamiaji | Hakuna shida. Utakuwa hapa nchini Kenya kwa muda gani? |
| Jiho | Nitakuwa hapa mpaka mwezi wa Januari mwaka ujao. Kwa hivyo miezi sita hivi. |
| Afisa wa Uhamiaji | Aina ya viza uliyo nayo haiwezekani kuongeza muda baada ya miezi mitatu. Hebu omba viza ya wanafunzi. Chuo kikuu chako kitakusaidia uweze kutayarisha nyaraka zinazohitajika. |
| Jiho | Nitafanya hivyo. Asante sana. |

## Msamiati

| | |
|---|---|
| afisa | 공무원, 장교 (복수 maafisa) |
| barua | 편지, 공문 |
| rasmi | 공식적인, 공무의 |
| ruhusa | 허락, 승인 |
| -wezekana | ~이 가능하다 ('-weza'의 상태형) |
| -ongeza | 추가하다, 연장하다 |
| nyaraka | 서류 (단수 waraka) |

## Sarufi

✓ 조건, 목적, 양보의 접속사

### 1. 조건, 목적, 양보의 접속사

Nitaitisha teksi, **kama** mvua itanyesha. 비가 온다면, 나는 택시를 부를 것이다.

**Ikiwa** utahitaji msaada wangu, nipigie simu. 내 도움이 필요하면, 내게 전화해라.

### 2. 목적의 의미를 나타내는 접속사

Alisoma kitabu hiki **ili** apite mtihani.
그는 시험에 통과하기 위해 이 책을 읽었다.

Nilinunua nyanya **kusudi** nizitumie kupika mchuzi.
나는 수프를 요리하기 위해 토마토를 샀다.

### 3. 양보의 의미를 나타내는 접속사

**Ingawa** hali ya hewa ni mbaya, watoto wametoka nje.
날씨가 나쁘지만, 아이들은 밖으로 나갔다.

Sina nafasi, **hata hivyo** nitakwenda kutazama sinema.
나는 시간이 없지만, 그래도 영화 보러 갈 거야.

## Zoezi la kusoma

케냐 나이로비의 조모케냐타국제공항

### Uwanja wa Ndege wa Kimataifa wa Jomo Kenyatta

Kwa kawaida wasafiri wanaoingia nchini Kenya kutoka nchi za kigeni wanatumia Uwanja wa Ndege wa Kimataifa wa Jomo Kenyatta jijini Nairobi. Uwanja huu ni mkubwa zaidi kuliko viwanja vyote vya ndege katika Afrika Mashariki. Watu wanasema kwamba uwanja huu ni kitovu cha usafiri wa ndege kwa nchi za Afrika Mashariki na Kati. Uwanja huo ulipewa jina la rais wa kwanza wa Kenya, yaani Mzee Jomo Kenyatta. Uwanja huu uko katika mtaa wa Embakasi ulioko umbali wa takriban kilomita kumi na tano kutoka katikati mwa jiji la Nairobi.

Baada ya upanuzi kwa muda wa miaka kadhaa, uwanja huu una majumba mawili. Jumba la kwanza lina sehemu tano ambazo hutumiwa kwa wanaowasili na wanaoondoka. Sehemu ya 1A, 1B, IC na IE hutumiwa sana kwa usafiri wa kimataifa na sehemu ya 1D hutumiwa kwa usafiri wa humu nchini. Jumba la pili linatumiwa na kampuni za ndege za gharama nafuu. Wanaoondoka hujiwasilisha katika sehemu zao kulingana na kampuni ya ndege wanayoitumia. Kwa mfano, abiria atakayepanda ndege ya Kenya Airways anaweza kutumia sehemu 1A katika jumba la kwanza, na abiria wa Emirates anatumia sehemu 1B. Kwa njia ile ile, wanaowasili pia hutumia sehemu zao kulingana na kampuni za ndege. Abiria walioshuka kutoka kwa ndege za Kenya Airways au Kampuni zenye ushirikiano na Kenya Airways wanatumia sehemu 1A, na wanaowasili kwa kampuni zingine za ndege wanatoka kupitia sehemu 1E. Zaidi ya malango ya kuingia na kutoka, kuna huduma za benki, magari ya kukodisha, kampuni za utalii na hoteli ndani ya uwanja huu.

## Msamiati

| | |
|---|---|
| wasafiri | 여행객 (단수 msafiri) |
| -pewa | 받다, 수여하다 ('-pa'의 수동형) |
| rais | 대통령 (복수 marais) |
| umbali | 거리, 멈 |
| katikati | 가운데, 중심, 중간 |
| malango | 큰 문, 게이트 (단수 lango) |
| upanuzi | 확장, 팽창 |
| -wasili | 도착하다, 도달하다 |
| ushirikiano | 연합, 협력, 동맹 |

## Maswali

### 1-3. Chagua jibu lifaalo.

**1.**

A: Kwa jinsi gani ulivyomshawishi rafiki yako?
B: Nilimweleza ______ tu.

① mizuri
② zuri
③ kizuri
④ vizuri

**2.**

A: Nashukuru sana kwa msaada wako.
B: ______ utahitaji msaada wangu tena, nipigie simu.

① Ila
② Ikiwa
③ Ijapokuwa
④ Kwani

**3.**

A: Uliwezaje kulinunua lile gari la kifahari?
B: Sikuwa na pesa za kutosha, ______ nililinunua tu kwa kutumia mkopo.

① ikiwa
② hata hivyo
③ laiti
④ lazima

**4. Soma tangazo na uchague ufafanuzi usio sahihi.**

**Tangazo kwa wateja wetu!**

Kama hutaki kununua simu ya mkononi kwa bei za rejareja, tunakupa nafasi ya kurudisha simu yako iliyoharibika au kutumiwa na kupewa simu mpya kwa bei iliyopunguzwa.

Ushindi Communications

① Mnunuzi anayetaka simu mpya kwa bei nafuu atarudisha simu iliyotumiwa.
② Tangazo hili liliandikwa na mnunuzi wa simu ya mkononi.
③ Mwuzaji wa simu anajaribu kuvuta wanunuzi kwa tangazo hili.
④ Duka hili litapokea simu zilizoharibika au kutumiwa.

**5-6. Soma kifungu na uchague ufafanuzi sahihi.**

**5.**

Nilikwenda kuomba usaidizi katika kituo cha polisi. Nilitaka kupiga ripoti juu ya kitu kilichopotea. Nilipoteza pasipoti yangu nilipokuwa ndani ya matatu. Nilikuwa ninaelekea hotelini mwangu. Kwa sababu mimi ni mtalii, sikuweza kuendelea na safari bila pasipoti.

① Polisi hakutaka kumpa mwandishi msaada, kwa sababu alikuwa mtalii.
② Mwandishi alipoteza pasipoti yake ndani ya hoteli yake.
③ Mwandishi alikwenda kwa kituo cha polisi ili kupiga ripoti juu ya pasipoti iliyopotea.
④ Mwandishi hakuweza kuendelea na safari, kwa sababu alikosa matatu.

**6.**

Mama yangu alikwenda posta jana ili kutuma barua ya kimataifa kwa ndege. Mhudumu wa posta alimwuliza alitaka kutuma barua yake katika nchi gani na kupima uzito wa barua hiyo. Halafu mhudumu yule alimwambia gharama iliyohitajika.

① Mama yangu alikwenda posta ili kupokea barua.
② Gharama ya kutuma barua ya kimataifa inategemea na uzito wa barua.
③ Barua yangu haiwezi kufika kwa mama yangu kwa sababu ya gharama.
④ Mama yangu hakuweza kutuma barua kwa sababu ya mhudumu mbaya wa posta.

## 7-8. Soma kifungu hiki na ufuate maagizo.

Nilipoteza mfuko wangu katika mkahawa ulio karibu na ofisini kwangu jana. Ni mfuko mwekundu. Kulikuwa na noti tatu za shilingi elfu moja, kitambulisho na kadi ya mkopo mfukoni humo. Huo si mfuko wa kifahari, lakini ningependa kuutafuta. Ikiwa utaupata mfuko wangu, tafadhali nipigie simu kwa kutumia nambari 010-123-4567.

**7.** Chagua kichwa kifaacho zaidi kwa kifungu hiki.

① Natafuta mfuko wangu!
② Nanunua mfuko wangu!
③ Nauza mfuko wangu!
④ Natambua mfuko wangu!

**8.** Chagua ufafanuzi sahihi.

① Mtu huyu alikwenda kwa mkahawa karibu na ofisini kwake jana.
② Hakuna pesa ndani ya mfuko huo.
③ Mtu huyu atapiga simu kwa mtu aliyetengeneza mfuko.
④ Kitambulisho ya mtu huyu kina rangi ya nyekundu.

Somo la Kumi na moja

11

# Ulijiandikisha katika kozi gani?

## 어떤 과목을 신청했니?

학습목표

1. 입학 수속, 수강 신청 등에 필요한 단어와 표현을 익힌다.
2. 상대방과 과목 선택, 시험 준비 등 수업에 관련된 사항을 상의할 수 있다.
3. 다양한 상황에서 쓰이는 감탄사의 용례를 이해할 수 있다.

핵심표현

1. **Ulijiandikisha katika kozi gani?**
   어떤 과목을 신청했니?
2. **Kwa hivyo atawapa mitihani mara mbili.**
   그래서 그는 너희에게 두 번의 시험을 실시할 거야.
3. **Lo! Sina budi ila kusoma Kiswahili kwa bidii.**
   흠! 나는 스와힐리어를 열심히 공부하는 수밖에 없어.

## Mazungumzo 1

**대화문 설명: 이제 막 케냐에 도착한 지호는 몇 개월 전부터 나이로비대 교환학생으로 있던 아진을 만나 학교생활에 대해 물어본다.**

Ajin Karibu Kenya! Habari za safari?

Jiho Njema. Nimefika salama. Msaada wako ulinisaidia sana. Asante!

Ajin Si neno. Ukitaka kujua jambo lolote kuhusu maisha ya Kenya, usisite kuniuliza.

Jiho Haya. Ningependa kujua mchakato wa kujiunga na Chuo Kikuu cha Nairobi kwa mwanafunzi wa kutembelea.

Ajin Baada ya kuwasiliana na ofisi ya mambo ya kimataifa, utapata tarehe ya usajili wa wanafunzi wa kutembelea.

Jiho Nitafanya nini siku hiyo?

Ajin Wanafunzi wa kutembelea wote watakusanyika mahali fulani siku hiyo, na wafanyakazi wa chuo kikuu watamjulisha kila mwanafunzi nambari ya kitambulisho chake. Aha! Wanafunzi watapewa nambari zao za siri pia.

Jiho Nitawezaje kujiandikisha katika kozi ninazozitaka kuhudhuria?

Ajin Kwanza utaingia kwenye tovuti ya Chuo Kikuu cha Nairobi kwa kutumia nambari yako ya kitambulisho na ile ya siri. Kuna orodha ya kozi zote. Basi unaweza kuchagua kozi unazozitaka kwenye tovuti hiyo.

Jiho Wewe ulijiandikisha katika kozi gani?

Ajin Nilichagua kozi tatu, yaani Kiswahili cha Kati, Historia ya Afrika Mashariki na Fasihi simulizi ya Afrika.

Jiho Vyema. Unaweza kuniambia ada ya chuo kikuu ni pesa ngapi?

Ajin Nililipa shilingi elfu sitini hivi kwa madarasa matatu. Unaweza kulipa ada kwenye tovuti ile ile.

Jiho Asante sana!

## Msamiati

| | |
|---|---|
| msaada | 도움, 원조 (복수 misaada) |
| -sita | 주저하다, 머뭇거리다 |
| mchakato | 과정, 절차 |
| usajili | 등록 |
| -kusanya | 모이다, 집합하다 |
| wafanyakazi | 직원, 일꾼 (단수 mfanyakazi) |
| -julisha | 알리다, 가르쳐주다 ('-jua'의 사역형) |
| siri | 비밀 |
| -jiandikisha | 등록하다, 신청하다 ('-andika'의 재귀사역형) |
| orodha | 목록, 리스트 |
| fasihi | 문학 |
| fasihi simulizi | 구전문학 |
| ada | 등록금 |

## Sarufi

### ✓ 합성어 전치사

### 1. 시간

| | |
|---|---|
| Kabla ya kumaliza kazi atakulipa. | 일을 마치기 전에, 그는 너에게 지불할 것이다. |
| Alifika nyumbani baada ya saa tatu. | 그는 9시 이후에 집에 도착했다. |

### 2. 장소

| | |
|---|---|
| Ofisi yake iko karibu na shule. | 그의 사무실은 학교 근처에 있다. |
| Gari lake limeharibika katikati ya barabara. | 그의 차는 길 한가운데서 고장 났다. |
| Nimeweka zawadi yako nje ya nyumba. | 나는 너의 선물을 집 밖에 놓아두었다. |

### 3. 이유, 관계

| | |
|---|---|
| Alikuja hapa badala ya baba yake. | 그는 아버지 대신에 여기 왔었다. |
| Ulichelewa kwa sababu ya ugonjwa. | 너는 질병 때문에 지각했구나. |
| Mke wake aliondoka pamoja na yeye. | 그의 아내는 그와 함께 출발했다. |

## Mazungumzo 2

**> 대화문 설명: 케냐에 교환학생으로 체류하고 있는 지호는 현지인 대학생 친구 Asha를 만나 수업, 시험 등에 관해 궁금한 점을 물어본다.**

| | |
|---|---|
| Asha | Habari za masomo? Yanaendelea vizuri? |
| Jiho | Ninajaribu tu. Nilikuwa na tatizo la kuelewa maneno ya maprofesa hapo awali, lakini siku hizi naelewa karibu kila kitu katika mafunzo yao. |
| Asha | Unapenda somo gani zaidi? |
| Jiho | Napenda kusoma Kiswahili na historia ya Afrika Mashariki. |
| Asha | Vyema. Kama unavyojua, nitakusaidia katika masomo yako hapa chuoni. |
| Jiho | Nashukuru sana. Unamjua mhadhiri wa kozi ya Kiswahili cha Kati, Daktari Michira? |
| Asha | Ndiyo. Alinifundisha Falsafa ya Elimu katika mwaka wa kwanza. |
| Jiho | Kwa kawaida atatupa mitihani miwili, yaani wa kati na wa mwisho? |
| Asha | Bila shaka. Yeye ni mwalimu afuataye sheria za chuo kikuu siku zote. Kwa hivyo atawapa mitihani mara mbili kama ilivyopangwa. |
| Jiho | Lo! Sina budi ila kusoma Kiswahili kwa bidii. Mtihani wake ni mgumu? |
| Asha | Si mgumu sana. Kama umeelewa mafundisho uliyopata kutoka kwa huyu mhadhiri, utapata alama nzuri. |
| Jiho | Asante sana kwa ushauri wako. Labda unaweza kunisaidia maandalizi yangu ya hiyo mitihani. |
| Asha | Bila shaka. Hilo ni wazo zuri. |

## Msamiati

| | | | |
|---|---|---|---|
| tatizo | 문제, 어려움 (복수 matatizo) | -fuata | 따르다 |
| awali | 예전에, 이전에, 원래 | sheria | 법, 규율 |
| mafunzo | 가르침, 공부 | mafundisho | 가르침, 지도 |
| mhadhiri | 강사 (복수 wahadhiri) | alama | 성적, 표시 |
| falsafa | 철학 | ushauri | 충고 |
| elimu | 교육 | maandalizi | 준비, 대비 |

## Sarufi

### ✓ 감탄사

#### 1. 놀라움, 의심, 재확인 등을 표현

Ala! Hawezi kujitetea mahakamani.

놀랍게도 그는 법정에서 자신을 변호하지 못했다.

Ala! Nimekuita, mbona huji!

내가 너를 불렀는데, 왜 오지 않니!

Ati? Wasemaje?

예? 뭐라고 말씀하셨어요?

Ati? Yule maskini naye alinunua gari?

뭐라? 그 가난뱅이가 차를 샀다고?

Kumbe umekuja! Mimi nilifikiri hutakuja kabisa.

정말 네가 왔구나! 나는 네가 절대 오지 않을 것으로 생각했다.

Tulifikiri wewe ndiye mshindi mwenyewe. Kumbe si wewe!

우리는 네가 우승자라고 생각했다. 그런데 네가 아니란 말이냐!

## 2. 후회, 슬픔, 강한 반대를 표현

Laiti tungalikuwa kitu kimoja, tungalishinda.
우리가 하나로 뭉쳤더라면, 우리가 이겼을 텐데.

Laiti ningekuwa na pesa, ningenunua gari.
내가 돈이 있다면, 차를 구입할 텐데.

Lo! Wewe umeiba pesa zetu.
아! 네가 우리 돈을 훔쳤구나.

Lo! Timu ya Kenya imeshindwa.
아! 케냐 팀이 졌다.

Lo masalale! Watu wengi wamekufa katika ajali ile.
슬프도다! 많은 사람들이 그 사고로 죽었다.

La hasha! Sisi hatuwezi kufanya hivyo.
절대! 우리는 그리 할 수 없다.

## 3. 축하의 의미

Hongera! Umefaulu vizuri kwenye mtihani. 축하해! 네가 시험에 통과했구나.

Pongezi! Umeshinda tuzo kubwa. 축하해! 네가 큰 상을 탔어.

## Zoezi la kusoma

케냐의 나이로비대학교

### Historia ya elimu ya juu barani Afrika

Katika historia ya elimu ya juu barani Afrika, kulikuweko vyuo vikuu vya zamani kama vile Chuo Kikuu cha Timbuktu tangu karne ya kumi na tatu. Wasomi wengi wa Kiislamu kutoka nchi za Mashariki ya Kati na Afrika Kaskazini walikusanyika hapo mjini Timbuktu ili kuchunguza masomo ya Kiislamu. Pia wanafunzi wa dini ya Kiislamu walijifunza kusoma na kuandika Kur'ani katika madarasa mengi katika pwani ya Afrika Mashariki tangu miaka mia kadhaa iliyopita.

Mpango wa elimu ya Kimagharibi katika Afrika Mashariki ulianza katikati ya karne ya kumi na tisa, wamisionari walipofika na kuanza kuwafundisha wenyeji kusoma Biblia. Wanafunzi waliochukuliwa katika shule hizi za kimisionari walipaswa waache dini na mila zao za Kiafrika na wafuate dini na mila za Kikristo. Jambo hili liliwafanya Waswahili wengi kutopeleka watoto wao shuleni, kwa sababu wao ni Waislamu. Pia liliwafanya Waafrika kuacha utamaduni na desturi zao za kienyeji. Kwa hivyo elimu ya Kimagharibi ilianza kwenye shule za kimisionari kabla ya ukoloni. Wakati ukoloni ulipoanza baadaye, Wahindi na Waingereza walifungua shule zao katika nchi za Kenya na Unguja, na Wajerumani walifungua zao nchini Tanganyika. Halafu shule za serikali za kikoloni zilifuata. Shule hizo zilianzishwa nchini Kenya mnamo mwaka wa elfu moja mia tisa kumi na moja, na nchini Tanganyika mnamo mwaka wa elfu moja mia tisa ishirini. Kule Uganda, shule ya ufundi ilifunguliwa mnamo mwaka wa elfu moja mia tisa ishirini. Wakati wa ukoloni, shule hizo ziligawika kwa misingi ya ubaguzi wa rangi. Kulikuwa na shule za Wazungu, za Wahindi na za Waafrika.

## Msamiati

| | |
|---|---|
| elimu ya juu | 고등교육 |
| karne | 세기, 백 년 |
| wasomi | 지식인 (단수 msomi) |
| Waislamu | 이슬람교인 (단수 Mwislamu) |
| Mashariki ya Kati | 중동 |
| Afrika Kaskazini | 북아프리카 |
| -chunguza | 조사하다, 연구하다 |
| Kiislamu | 이슬람교의, 이슬람식의 |
| Kur'ani | 쿠란 (이슬람교 경전) |
| Kimagharibi | 서구식의 |
| Wamisionari | 선교사 (단수 mmisionari) |
| Biblia | 성경 |
| kimisionari | 선교단체의, 선교사가 운영하는 |
| dini | 종교 |
| mila | 관습, 전통, 문화 |
| Kikiristo | 기독교식의 |
| desturi | 전통, 일상, 관습 |
| kienyeji | 현지식의 |
| Wajerumani | 독일인 (단수 Mjerumani) |
| ufundi | 기술 |
| -gawika | 나뉘다 ('-gawa'(나누다)의 상태형) |
| ubaguzi | 차별, 구분 |
| Wazungu | 백인, 유럽인 (단수 Mzungu) |

## Maswali

### 1-3. Chagua jibu lifaalo.

**1.**

A: Kwa nini haendi shule?
B: Alibaki nyumbani kwa ______ ya ugonjwa.

① mbona
② ngapi
③ miguu
④ sababu

**2.**

A: Bei ya kitu hiki ni shilingi elfu ishirini na nane.
B: ______? Sikusikia vizuri. Unaweza sema tena?

① Ati
② Lo
③ Pongezi
④ Totoro

**3.**

A: Unaweza kumwona? Ni kweli yeye yupo hapa?
B: ______ amekuja! Nilifikiri hatakuja hapa kamwe.

① La hasha
② Laiti
③ Kumbe
④ Hongera

**4. Soma tangazo na uchague ufafanuzi usio sahihi.**

**Tangazo la Ajira**

Tunakaribisha maombi ya kazi kutoka kwa watu wenye sifa na uwezo.

Sifa za mwombaji: awe na Elimu ya Cheti cha Ualimu wa Sayansi kutoka chuo kikuu kinachotambuliwa na serikali

Kazi ya kufanya: kuwafundisha wanafunzi wa shule ya upili sayansi

Shule ya Upili ya Laikipia

① Mwajiri anatafuta mwalimu wa sayansi.
② Mwombaji atafanya kazi katika shule ya upili.
③ Mwombaji hahitaji elimu ya chuo kikuu.
④ Mwombaji atawafundisha wanafunzi somo la sayansi.

**5-6. Soma kifungu na uchague ufafanuzi sahihi.**

**5.**

Kwa kawaida mwalimu wetu anatupa mitihani mara mbili, yaani wa kati na wa mwisho wa muhula. Yeye ni mwalimu afuataye sheria za shule siku zote. Kwa hivyo anatupa mitihani mara mbili kama ilivyopangwa. Hatuna budi ila kusoma kwa bidii. Kama tumeelewa mafundisho tuliyopata kutoka kwa mwalimu, tutapata alama nzuri.

① Wanafunzi watafanya mitihani mara mbili kama ilivyopangwa na shule.
② Wanafunzi wa mwalimu yule wanataka kufuata sheria za shule.
③ Wanafunzi wote wanaweza kupata alama nzuri bila masomo katika mitihani.
④ Wanafunzi wa kidato cha kati hawana budi ila kufanya mtihani muhimu mmoja tu.

**6.**

Watoto wangu hawaendi shule. Shule imefungwa ili kuzuia uenezaji wa virusi vya Korona. Walimu wanajaribu kubuni njia ya kuendelea na masomo kwa kutumia mtandao, lakini hii si kazi rahisi. Baadhi ya wanafunzi maskini hawana kompyuta na uunganishwaji wa mtandao.

① Watoto wangu hawaendi shule, kwa sababu hawana kompyuta na uunganishwaji wa mtandao.
② Walimu wamekataa kufundisha wanafunzi, kwa sababu shule imefungwa.
③ Wanafunzi wachache hawawezi kuendelea na masomo yao kupitia mtandao kwa sababu ya umaskini.
④ Wanafunzi wanajifunza jinsi ya kuzuia uenezaji wa virusi vya Korona katika shule.

## 7-8. Soma kifungu hiki na ufuate maagizo.

Mimi ni mwalimu wa mwana wako. Tafadhali hakikisha kwamba mwana wako ameingia kwenye darasa la mtandao kila siku. Nitampa swali kila siku, na anapaswa kujibu swali hilo. Tunabadilishana mazungumzo ya furaha. Kwa njia hii, ninaweza kuchunguza mahudhurio ya mwana wako. Kama mwana wako hawezi kutumia mtandao, hebu nipigie simu nambari 011-123-4567 ili tutafute njia nyingine za kuwasiliana naye.

**7.** Chagua kichwa kifaacho zaidi kwa kifungu hiki.

① Kulinda watoto wetu
② Jinsi ya kujibu swali
③ Darasa kwenye mtandao
④ Kubadilishana mazungumzo ya furaha

**8.** Chagua ufafanuzi sahihi.

① Mwalimu hana njia ya kuchunguza mahudhurio ya wanafunzi wake katika darasa la mtandao.
② Katika darasa la mtandao, mwanafunzi anajibu swali kutoka kwa mwalimu kila siku.
③ Mwalimu atawapigia simu wanafunzi ambao hawana njia ya kutumia mtandao.
④ Wazazi wa wanafunzi hawawezi kuwasaidia wana wao watumie darasa la mtandao.

Somo la Kumi na mbili

# 12 Najua yule mwandishi.

나는 그 작가 알아.

학습목표

1. 상대방과 책 제목, 작가 등 독서에 관한 내용을 이야기할 수 있다.
2. 소설, 민담 등 문학에 관한 기초적인 단어와 표현을 익힌다.
3. 조동사가 사용된 구문의 다양한 용례를 이해할 수 있다.

핵심표현

1. **Unasoma kitabu gani?**
   너는 어떤 책을 읽고 있니?
2. **Maneno yake yana ukweli.**
   그의 말은 진실을 담고 있어.
3. **Umewahi kusikia masimulizi kama hayo?**
   너는 그와 같은 민담을 들어본 적 있니?

## Mazungumzo 1

**> 대화문 설명: 빈 강의실에서 책을 읽고 있는 Juma를 발견한 아진은 Juma에게 다가가 그가 읽고 있는 책에 대해 묻는다.**

---

Ajin Unasoma kitabu gani?

Juma Hii ni riwaya iliyoandikwa na Ngugi wa Thiong'o.

Ajin Aha! Najua yule mwandishi mashuhuri sana. Nafikiri kwamba atashinda tuzo la Nobel katika fasihi hivi karibuni.

Juma Inawezekana. Kila mwaka wataalamu wengi wa fasihi wanatarajia ashinde tuzo hilo, lakini bado hajashinda.

Ajin Jina la riwaya unayoisoma ni nini?

Juma Inaitwa "Usilie, mtoto." Ni hadithi ya mvulana na familia yake wakati wa ukoloni.

Ajin Naijua riwaya hiyo. Niliisoma miaka michache iliyopita. Lakini nakumbuka riwaya hiyo iliandikwa kwa Kiingereza.

Juma Ni kweli. Toleo lake la awali ni kwa Kiingereza, lakini ninasoma toleo lililotafsiriwa kwa Kiswahili, maana lugha yetu ni rahisi kwangu.

Ajin Haya. Nilisikia Ngugi aliacha kuandika riwaya kwa Kiingereza tangu muda mrefu uliopita.

Juma Ndiyo. Sasa anaandika riwaya yake kwa lugha yake ya mama, yaani Kikikuyu.

Ajin Kwa nini aliamua hivyo? Angetumia Kiingereza, angeweza kupata wasomaji wengi wa kimataifa.

Juma Nakubaliana nawe. Lakini kulingana na maoni yake, kazi za fasihi zilizoandikwa na waandishi Waafrika kwa lugha za kigeni kama vile Kiingereza, Kifaransa na kadhalika si fasihi halisi ya Kiafrika.

Ajin Maneno yake yana ukweli, na yatasaidia maendeleo ya fasihi ya Kiafrika.

## Msamiati

| | |
|---|---|
| fasihi | 문학 |
| riwaya | 소설 |
| mwandishi | 작가, 저자 (복수 waandishi) |
| -tarajia | 기대하다, 예상하다 |
| toleo | (출간된 책의) 판본 |
| -tafsiriwa | 번역된 ('-tafsiri'(번역하다)의 수동형) |
| Kikikuyu | 키쿠유어 |
| wasomaji | 독자 (단수 msomaji) |

## Sarufi

### ✓ 등위접속사

#### 1. 대등의 의미를 나타내는 접속사

Alikwenda sokoni, na mtoto wake alikwenda nyumbani.

그는 시장에 갔고, 그의 아이는 집에 갔다.

Hamisi ni mwongo, tena ni mwizi mkubwa.

하미시는 거짓말쟁이자 큰 도둑이기도 하다.

Nyumba ile ni chafu, juu ya hayo iko mbali sana.

저 집은 더러운 데다가 멀기까지 하다.

#### 2. 선택의 의미를 나타내는 접속사

Nitamwita msichana yule hapa, au nitamwendea pale.

내가 저 소녀를 여기로 부르든지, 아니면 그쪽의 그녀에게 갈 것이다.

Hatazami runinga, wala hasomi gazeti.

그는 TV도 보지 않고, 신문도 읽지 않는다.

Nitanunua viatu ama suruali, nawe ununue shati au kofia.

나는 신발이나 바지를 살 건데, 너는 셔츠나 모자를 사도록 해라.

#### 3. 반대의 의미를 나타내는 접속사

Nilitaka peremende ile, lakini Halima ameikula.

나는 저 사탕을 원했지만, 할리마가 먹어버렸다

Wewe si mwalimu bali ni mwanafunzi.

너는 선생이 아니라 학생이다.

Watu wote walitoa msaada wao ila wewe.

너 이외의 모든 사람이 도움을 주었다.

## Mazungumzo 2

> **대화문 설명: 지호는 오랜만에 Asha를 만났다. Asha는 최근 고향 마을에 다녀온 이야기를 지호에게 해준다.**

Jiho Sikuweza kukuona wewe wiki iliyopita. Ulikuwa wapi?

Asha Nilikwenda mjini Lamu ili kukutana na familia yangu.

Jiho Nyumbani wote hawajambo? Na safari ilikuwaje?

Asha Ilikuwa njema, na wote hawajambo lakini bibi alikuwa mgonjwa kidogo.

Jiho Pole sana. Ana miaka mingapi?

Asha Ana umri wa miaka themanini na mitatu. Nilipokuwa mtoto mdogo, alinisimulia hadithi nyingi za kusisimua.

Jiho Aha! Inamaanisha yeye ni msimulizi hodari. Alikusimulia hadithi kuhusu nini?

Asha Hadithi mbalimbali za kubuni za kale. Kwa mfano, ngano ya sungura na fisi, hekaya za Abunuwasi, hadithi za mfalme na mwana wake na kadhalika. Umewahi kusikliliza masimulizi kama hayo?

Jiho Sijawahi, lakini nimesoma baadhi ya fasihi simulizi katika vitabu. Ningependa kwenda kwako pamoja nawe ili nisikilize hizo hadithi zikisimuliwa papo hapo.

Asha Kwa bahati mbaya, siku hizi huwezi kushiriki utendaji wa fasihi simulizi kwa urahisi hata katika vijiji.

Jiho Ni kweli? Kwa nini utendaji huo haupatikani mara nyingi?

Asha Zamani watu walipopumzika kando ya moto jioni, walikuwa wanasikiliza hadithi simulizi pamoja. Lakini siku hizi wana burudani za jioni za aina mbalimbali za kisasa. Kwa mfano, wanaume wanapenda kutazama michezo kama vile kandanda na mpira wa vikapu katika runinga.

Jiho Naelewa. Wanawake pia wanapenda kutazama filamu kwenye runinga jioni.

## Msamiati

| | | | |
|---|---|---|---|
| umri | 나이 | mfalme | 왕 (복수 wafalme) |
| msimulizi | 해설가, 구연자 (복수 wasimulizi) | masimulizi | 설명, 해설, 이야기 (단수 simulizi) |
| hodari | 총명한, 능숙한, 유능한 | baadhi ya | ~중의 일부 |
| -buni | 창작하다, 발명하다 | -shiriki | 참여하다 |
| ngano | 민담, 옛날이야기 | utendaji | 행위, 연행, 수행 |
| sungura | 토끼 | burudani | 여흥, 오락 |
| fisi | 하이에나 | michezo | 스포츠, 경기, 놀이 (단수 mchezo) |
| hekaya | 이야기, 설화, 전설 | kandanda | 축구 |

## Sarufi

### ✓ 조동사

### 1. {-wa}: ~이다, ~되다

Alikuwa amelala tulipofika.
우리가 도착했을 때 그는 자고 있었다.

Wakati huo alikuwa hasomi, kwa sababu watoto wake walikuwa wanalia.
그때 그는 아이들이 울고 있어서 공부를 하지 못했다.

Kabla ya mwaka huu kumalizika, tutakuwa tunafuma pamba.
올해가 끝나기 전에 우리는 면을 짜고 있을 것이다.

Wakati tu Afrika nzima itakapokuwa inajitawala, uhuru halisi utakuja.
아프리카 전체가 자치권을 획득할 때만이, 진정한 독립이 될 것이다.

### 2. {-weza}: ~를 할 수 있다.

Anaweza kuandika barua rasmi. 그는 공문을 쓸 수 있다.

Mkutano ule unaweza kumalizika mapema. 저 회의는 일찍 끝날 수 있다.

Mgeni wangu hakuweza kufika hapa jana. 내 손님이 어제 여기 도착하지 못했다.

### 3. {-taka}: 원하다, 하고 싶다

Mimi ninataka kunywa chai, na yeye anataka kula nyama.
나는 차를 마시기를 원하고, 그는 고기를 먹고 싶어 한다.

Watoto walikuwa wanataka kucheza mpira.
아이들은 공놀이를 하고 싶어 했었다.

Mwizi yule anataka kutoroka.
저 도둑이 도망치고 싶어 한다.

## 4. {-ja}: ~되다

Mti huu utakuja kuanguka.

이 나무는 쓰러지게 될 것이다.

Atapata mayai sokoni, na baadaye sote tutakuja kuyatumia.

그가 시장에서 계란을 구한 다음에 우리 모두가 그것을 이용하게 될 것이다.

## 5. {-pata}, {-wahi}: 가능, 경험의 의미

Kwa bahati nzuri, nilipata kujifunza Kiswahili.

운 좋게도 나는 스와힐리어를 배울 수 있었다.

Sijapata kusikia maneno makali kama hayo.

나는 그와 같은 심한 말을 들어본 적이 없다.

Niliwahi kuisikiliza hotuba ya rais.

나는 대통령의 연설을 들어본 적이 있었다.

Hawajawahi kukutana na mtu mzuri kama huyo.

그들은 그처럼 좋은 사람을 만나본 적이 없다.

## 6. {-penda}, {-furahi}: ~하기 좋아하다, 즐기다.

Anapenda kula nyama ya mbuzi pamoja na familia yake.

그는 가족과 함께 염소고기 먹는 것을 즐긴다.

Watalii hupenda kutazama majumba marefu.

관광객들은 고층빌딩 구경하기를 즐기기 마련이다.

Ninafurahi kukuona wewe ukiimba.

나는 당신이 노래 부르는 것 보기를 즐긴다.

## 7. {-endelea}: ~를 계속하다.

Ali**endelea** kusema bila kupumzika.
그는 쉬지도 않고 계속해서 말했다.

Ingawa wazazi wao walikuwa po, watoto hawa wali**endelea** kupigana.
부모님이 그곳에 있었지만, 이 아이들은 계속해서 싸웠다.

Korea ita**endelea** kutoa msaada kwa nchi za Afrika.
한국은 계속해서 아프리카 국가에 대한 원조를 할 것이다.

## 8. {-kwisha}: ~를 끝내다.

Tulipofika pale, waziri alikuwa ame**kwisha** toa hotuba yake.
우리가 도착했을 때, 장관은 연설을 이미 끝냈다.

Baada ya maombi kadhaa, wame**kwisha** pata mshahara wao.
수차례 요청한 끝에, 그들은 봉급을 받았다.

## 9. {-enda}: ~하러 가다

Hamisi amekw**enda** kuleta chakula. 하미시는 음식을 가지러 가버렸다.

Wageni walikw**enda** kulala chumbani. 손님들은 방으로 자러 갔다.

## 10. {-ngali}: 아직 ~ 이다.

Ni**ngali** najifunza Kiswahili. 나는 아직 스와힐리어를 배우고 있다.

Baba yake bado a**ngali** na huzuni. 그의 아버지는 아직도 슬퍼하고 있다.

Mabaki ya mawazo hayo ya**ngali**po mpaka leo. 이 같은 생각의 잔재가 오늘날까지도 남아 있다.

## Zoezi la kusoma

스와힐리 민담의 구연자

### Paka wa Mfame

Hapo zamani za kale palikuwa na mfalme. Sasa yule mfalme alikuwa na paka wake mdogo ambaye alikuwa akimlea. Yule paka akawa sasa ameshakuwa mkubwa. Akiona vifaranga vya kuku, alianza kuvila. Haya, watu wa mji walikwenda kwa mfalme wakamwambia, "Bwana mfalme, huyu paka wako alivila vifaranga vyote vya kuku." Akawaambia, "Paka ni wangu, na vifaranga vya kuku ni vyangu." Aha! Punde si punde, yule paka akawa ameanza kula mbuzi. Watu walikwenda tena kwa mfalme na wakamwambia, "Bwana mfalme, huyu paka alikula mbuzi zetu." Mfalme akawaambia, "Mbuzi ni wangu, na paka ni wangu. Nendeni zenu!" Ala! Huyu mfalme! Hatimaye, paka huyu akawa anakula ng'ombe. Alikuwa si paka tena, bali ni paka jini. Haya, watu wakarudi tena mbele ya mfalme, na kila aliyekwenda akasema, "Paka alikula ng'ombe." Mfalme aliwajibu, "Ng'ombe ni wangu, na paka ni wangu." Paka tena akaanza kula watu, akaanza kushika mtu mmoja baada ya mwingine. Akaanza kula watu, akaendelea kula watu, mpaka ule mji ukawa hauna watu.

Sasa kulikuwa na watoto wawili, mmoja wa kiume na mwingine wa kike. Wale watoto walikwenda zao mbali ili kuepuka kukamatwa na yule paka, halafu wakajenga nyumba yao juu ya mti. Maana yake hata yule paka akija, hataweza kupanda juu ya ule mti. Lakini yule paka alimdanganya mtoto wa kike na kuvamia nyumba yao, wakati mtoto wa kiume alipokuwa hayuko. Yule mtoto wa kiume aliporudi nyumbani, alikutana na yule paka. Alishika upanga wake akamchoma nao yule paka mpaka akafa. Halafu yule mtoto akapasua tumbo la yule paka sasa. Alipompasua, ulimwengu mzima ulitoka. Wale watu wote ambao walikuwa wamemezwa walitoka. Lakini mfalme alikuwa amekufa ndani ya tumbo la paka. Basi ikawa sasa mfalme ni yule mtoto ambaye alimchinja yule paka. Sasa yeye akawa mfalme, na yeye na dada yake wakaketi raha na mstarehe. Hadithi ikakomea hapo.

## Msamiati

| | |
|---|---|
| -lea | 키우다, 사육하다 |
| vifaranga | 병아리 (단수 kifaranga) |
| jini | 정령, 괴물 (복수 majini) |
| kiume | 남자의, 남성의 |
| kike | 여자의, 여성의 |
| -epuka | 피하다, 도망가다 |
| -kamatwa | 잡히다, 체포되다 ('-kamata'(체포하다, 잡다)의 수동형 |
| -danganya | 속이다, 사기 치다 |
| -vamia | 침략하다, 침입하다 |
| upanga | 칼, 마체테 (복수 panga) |
| -pasua | 가르다, 썰다 |
| -choma | 찌르다, 뚫다 |
| ulimwengu | 세상, 세계 |
| -chinja | 도살하다, 살육하다 |
| raha | 행복, 즐거움, 쾌락 |
| mstarehe | 평안, 편안함 |
| -komea | 멈추다, 끝나다 |

## Maswali

### 1-3. Chagua jibu lifaalo.

**1.**

A: Unajua kwamba yeye ni mdanganyifu mbaya?
B: Ndiyo! ______ yeye ni mwizi mkubwa.

① ama
② lakini
③ ilhali
④ tena

**2.**

A: Unaweza kufanya kazi ya aina hii?
B: ______ kufanya kazi hii, yaani sina uzoefu wowote.

① Sijawa
② Simepata
③ Sijapata
④ Silikuwa

**3.**

A: Atamaliza kazi lini? Inachukua muda mrefu sana!
B: Hatimaye ______ fanya kazi yake.

① amekwisha
② amesha
③ ajakwaisha
④ akwishe

## 4. Soma tangazo na uchague ufafanuzi usio sahihi.

**Tangazo la Ukatizwaji wa Umeme**

Ugavi wa umeme utakatizwa kwa sababu ya kazi ya kubadilisha nyaya za umeme.

Tarehe: 21 Oktoba, Ijumaa
Saa: 6:00 ~ 10:00 Usiku (Masaa manne)
Maeneo husika: Ubungo na Sinza, Dar es Salaam

Shirika la Ugavi wa Umeme Nchini Tanzania

① Umeme utakatizwa siku yote ya 21 Oktoba.
② Umeme utakatizwa katika maeneo ya Ubungo na Sinza.
③ Tangazo hili lilitolewa na kampuni ya umeme nchini Tanzania.
④ Huduma ya umeme itaanzishwa tena baada ya kazi ya kubadilisha nyaya.

## 5-6. Soma kifungu na uchague ufafanuzi sahihi.

### 5.

Badala ya kuwapa wanafunzi mitihani mara mbili kama kawaida, yaani wa kati na wa mwisho, ninawapa mitihani mifupi kila wiki katika darasa la Kiswahili. Kwa njia hii, wanafunzi wanaweza kufanya mazoezi mara nyingi iwezekanavyo. Mazoezi kama hayo ni muhimu katika kusoma lugha ya kigeni.

① Wanafunzi wanafanya mitihani mifupi kila wiki katika darasa la Kiswahili ili wafanye mazoezi.
② Katika darasa la kawaida wanafunzi wanafanya mtihani mara moja tu.
③ Mwalimu wa darasa hili hajui umuhimu wa kufanya mazoezi ya lugha ya kigeni.
④ Kufanya mitihani mifupi mara nyingi ni njia mbaya ya kujifunza Kiswahili.

### 6.

Baadhi ya wataalamu wanasema kwamba starehe ifaayo, muziki, mambo ya kujifurahisha na mazoezi ya kimwili ni muhimu katika elimu. Lakini wazazi wengine huamini kwamba masomo ya shuleni kama vile lugha, hisabati, sayansi na kadhalika ni muhimu zaidi kwa wana wao.

① Muziki unadhuru maendeleo ya mwanafunzi katika ujifunzaji.
② Lazima Wanafunzi wafanye mazoezi ya kimwili ili kupata alama za juu.
③ Masomo muhimu ni lugha, hisabati na sayansi katika shule ya upili.
④ Zaidi ya masomo ya shuleni, mambo ya burudani ni sehemu ya maana katika elimu.

## 7-8. Soma kifungu hiki na ufuate maagizo.

Je, unaweza kutafsiri waraka unaoambatishwa kwenye baruapepe hii kwa Kiswahili? Huu ni waraka muhimu wa kihistoria ambao uliandikwa na Waziri wa zamani wa Mambo ya Nje wa Korea. Ukikubali kufanya kazi hiyo, tunaweza kukulipa shilingi elfu kumi. Tafadhali tujibu hivi karibuni.

**7.** Chagua kichwa kifaacho zaidi kwa kifungu hiki.

① Baruapepe siku hizi
② Kulipa kazi ya kutafsiri
③ Ombi la kutafsiri waraka kwa Kiswahili
④ Waraka muhimu wa kisasa

**8.** Chagua ufafanuzi sahihi.

① Waraka huu uliandikwa na maprofesa wa historia.
② Mtafsiri atafanya kazi hiyo bila kulipwa.
③ Waraka huu wa kisasa utatafsiriwa kwa Kikorea.
④ Aliyepokea baruapepe hii anajua Kiswahili.

# 부록

# 정답

## Somo la Kwanza

1. ② 2. ③ 3. ③ 4. ②
5. ④ 6. ④ 7. ② 8. ④

## Somo la Pili

1. ② 2. ④ 3. ① 4. ④
5. ④ 6. ③ 7. ① 8. ①

## Somo la Tatu

1. ② 2. ④ 3. ① 4. ②
5. ② 6. ③ 7. ④ 8. ①

## Somo la Nne

1. ③ 2. ② 3. ③ 4. ①
5. ③ 6. ① 7. ④ 8. ④

## Somo la Tano

1. ③ 2. ② 3. ② 4. ①
5. ② 6. ③ 7. ② 8. ②

## Somo la Sita

1. ① 2. ④ 3. ③ 4. ③
5. ④ 6. ④ 7. ③ 8. ①

## Somo la Saba

1. ② 2. ④ 3. ③ 4. ②
5. ③ 6. ③ 7. ① 8. ②

## Somo la Nane

1. ③ 2. ② 3. ② 4. ④
5. ④ 6. ④ 7. ③ 8. ②

## Somo la Tisa

1. ③ 2. ④ 3. ① 4. ②
5. ① 6. ③ 7. ① 8. ①

## Somo la Kumi

1. ④ 2. ② 3. ② 4. ②
5. ③ 6. ② 7. ① 8. ①

## Somo la Kumi na moja

1. ④ 2. ① 3. ③ 4. ③
5. ① 6. ③ 7. ③ 8. ②

## Somo la Kumi na mbili

1. ④ 2. ③ 3. ① 4. ①
5. ① 6. ④ 7. ③ 8. ④

# 명사부류와 호응 일치

| 명사부류 | 수 | 대표 명사 | 명사 전철 | 소유격 호응 | 형용사 호응 | 지시사 | | | 수사 호응 | 동사전철 | | | 관계 접사 |
|---|---|---|---|---|---|---|---|---|---|---|---|---|---|
| | | | | | | 저 | 그 | 이 | | 주격 | 목적격 | 부정 주격 | |
| m/wa (1/2) | 단 | mzee<br>mwana<br>muumba | m<br>mw<br>mu | wangu | mzuri<br>mweupe | yule | huyu | huyo | mmoja | 1. ni<br>2. u<br>3. a | 1. ni<br>2. ku<br>3. m | 1. si<br>2. hu<br>3. ha | ye |
| | 복 | wazee<br>wana<br>waumba | wa | wangu | wazuri<br>weupe | wale | hawa | hao | wawili | 1. tu<br>2. m<br>3. wa | 1. tu<br>2. wa<br>3. wa | 1. hatu<br>2. ham<br>3. hawa | o |
| m/mi (3/4) | 단 | mfuko<br>mwavuli | m<br>mw | wangu | mzuri<br>mweupe | ule | huu | huo | mmoja | u | u | hau | o |
| | 복 | mifuko<br>miavuli | mi | yangu | mizuri<br>myeupe | ile | hii | hiyo | miwili | i | i | hai | yo |
| ji/ma (5/6) | 단 | jicho<br>jino<br>ua | ji<br>j<br>Ø | langu | zuri<br>jeupe | lile | hili | hilo | moja | li | li | hali | lo |
| | 복 | macho<br>meno<br>maua | ma<br>m | yangu | mazuri<br>meupe | yale | haya | hayo | mawili | ya | ya | haya | yo |
| ki/vi (7/8) | 단 | kitabu<br>chuo | ki<br>ch | changu | kizuri<br>cheupe | kile | hiki | hicho | kimoja | ki | ki | haki | cho |
| | 복 | vitabu<br>vyuo | vi<br>vy | vyangu | vizuri<br>vyeupe | vile | hivi | hivyo | viwili | vi | vi | havi | vyo |
| n (9/10) | 단 | nyumba<br>kalamu | n<br>Ø | yangu | nzuri<br>nyeupe | ile | hii | hiyo | moja | i | i | hai | yo |
| | 복 | nyumba<br>kalamu | n<br>Ø | zangu | nzuri<br>nyeupe | zile | hizi | hizo | mbili | zi | zi | hazi | zo |
| u (11~14) | 단 | ufunguo<br>wimbo | u<br>w | wangu | mzuri | ule | huu | huo | mmoja | u | u | hau | o |
| | 복 | funguo<br>nyimbo | Ø<br>ny | zangu | nzuri | zile | hizi | hizo | mbili | zi | zi | hazi | zo |
| ku (15) | 단 | kufika<br>kwenda | ku<br>kw | kwangu | kuzuri | kule | huku | huko | | ku | ku | haku | ko |
| ma (16~18) | 단 | pahali<br>kwetu<br>mwahali | pa<br>ku<br>mu | pangu<br>kwangu<br>mwangu | pazuri<br>kuzuri<br>muzuri | pale<br>kule<br>mle | hapa<br>huku<br>humu | hapo<br>huko<br>humo | pamoja | pa<br>ku<br>m | pa<br>ku<br>m | hapa<br>haku<br>ham | po<br>ko<br>mo |

# 이미지 출처

**Somo la Pili**

p31 나이로비 Buruburu 구역의 타운하우스, 저자 직접 촬영 사진

**Somo la Tatu**

p37 케냐 나이로비의 이동통신사 대리점, CC BY-SA 2.0 by Andrew Currie
https://www.flickr.com/photos/andrewcurrie/6191091370/in/photostream/

p43 아프리카의 스마트폰 사용자, CC BY-SA 4.0 by Festusminja
https://commons.wikimedia.org/wiki/File:AFRICA_TRANSFORMATION.jpg

**Somo la Nne**

p52 케냐의 대표적인 음식 냐마쵸마, CC BY-SA 4.0 by Shyqo
https://commons.wikimedia.org/wiki/File:Nyama_Choma_(BBQ_the_Kenyan_way).jpg

p55 요리 준비하기, CC BY-SA 4.0 by Tholang Tseka
https://commons.wikimedia.org/wiki/File:African_Woman_Cooking.jpg

p64 동아프리카의 약국, CC BY-SA 4.0 by Akeeb Feroz
https://commons.wikimedia.org/wiki/File:Duka_la_dawa_(Pharmacy).jpg

**Somo la Tano**

p67 아프리카의 종합병원, CC BY-SA 2.0 by SIM USA
https://www.flickr.com/photos/simusa/27115180125/

**Somo la Sita**

p76 케냐 나이로비 국립 박물관, CC BY-SA 2.0 by Mike
https://www.flickr.com/photos/squeakymarmot/14507735298

p79 케냐 나이로비의 영화관, CC BY-SA 3.0 by Bobokine
https://commons.wikimedia.org/wiki/File:Nairobi_Cinema.jpg

**Somo la Saba**

p85 케냐의 슈퍼마켓, CC BY-SA 4.0 by YvonneGM
https://commons.wikimedia.org/wiki/File:Young_and_energetic_product_ambassador_promoting_Bic_products_at_a_supermarket_in_Kenya.jpg

p91 케냐 나이로비의 기콤바 시장, 저자 직접 촬영 사진

**Somo la Nane**

p97 나이로비역에 정차한 케냐의 열차, CC BY-SA 4.0 by Macabe5387
https://commons.wikimedia.org/wiki/File:Nairobi_Terminus_-_platform.jpg

p103 케냐 몸바사의 기차역, CC BY-SA 4.0 by Macabe5387
https://commons.wikimedia.org/wiki/File:Mombasa_Terminus.jpg

**Somo la Tisa**

p112 케냐 몸바사의 포트지저스 박물관, CC BY-SA 4.0 by www.Shellsofafricasafaris.com
https://commons.wikimedia.org/wiki/File:Fort_Jesus,_Mombasa.png

p115 케냐 몸바사 올드타운.
https://www.pexels.com/photo/mombasa-old-town-2386750/

**Somo la Kumi**

p127 케냐 나이로비의 조모케냐타국제공항, CC BY-SA 3.0 by Изначально этот файл был загружен участником Mkimemia из английский Википедия
https://ru.m.wikipedia.org/wiki/%D0%A4%D0%B0%D0%B9%D0%BB:Kenyatta_International_Airport_Aerial.JPG

**Somo la Kumi na moja**

p140 케냐의 나이로비대학교, CC BY-SA 4.0 by Kenyaverification
https://commons.wikimedia.org/wiki/File:Universityofnairobi.jpg

**Somo la Kumi na mbili**

p155 스와힐리 민담의 구연자, 저자 직접 촬영 사진